காமராஜர்

திருக்குமரன்

சத்யா

Title
Kamarajar
Thirukumaran

ISBN: 978-93-6666-480-4
Title Code : Sathyaa - 094

நூல் தலைப்பு
காமராஜர்

நூல் ஆசிரியர்
திருக்குமரன்

முதற்பதிப்பு
ஆகஸ்ட் 2024

விலை : ₹ 60

பக்கம் : 54

Printed in India

Published by

Sathyaa Enterprises
No.137, First Floor,
Choolaimedu,
Chennai - 600 094.
044 - 4507 4203

Email
sathyaabooks@gmail.com

உள்ளே...

1. கருப்பு காந்தி காமராஜர் — 4
2. காமராஜரின் திட்டமிட்ட வாழ்க்கை — 6
3. முதலமைச்சராக பொறுப்பேற்றார்! — 9
4. தமிழக அரசியல் களத்தில் காமராஜர் — 13
5. காமராஜரின் பொற்கால ஆட்சி — 18
6. எல்லோரும் போற்றிய காமராஜர் — 24
7. காமராஜரை கொல்ல முயன்ற வரலாறு — 27
8. தி.மு.கவை எதிர்கொண்ட காமராஜர் — 29
9. கக்கனும் காமராஜரும் — 34
10. மாண்புமிக்க காமராஜரின் வாழ்க்கை சிறப்புகள்! — 38
11. காந்தியும் காமராஜரும் — 49
12. எளிய மனிதரின் இறுதி மரணம் — 51

1. கருப்பு காந்தி காமராஜர்

காமராசர் விருது நகரில் *1903* ஆம் ஆண்டு சூலை *15* ஆம் தேதி பிறந்தார். இவர் தம் பெற்றோர் குமாரசாமி நாடார் மற்றும் சிவகாமி அம்மாள் ஆவார்.

குலதெய்வமான காமாட்சியின் பெயரையே முதலில் இவருக்கு சூட்டினார்கள். தாயார் சிவகாமி அம்மாள் மட்டும் அவரை ‘ராசா’ என்றே அழைத்து வந்தார். நாளடைவில் காமாட்சி என்ற பெயர் மாறி ‘காமராசு’ என்று ஆனது.

தென்னாட்டு காந்தி, படிக்காத தேதை, பெருந்தலைவர், கருப்பு காந்தி என்றெல்லாம் அன்போடு அழைக்கப் பெற்றவர் காமராசர்.

தனது பள்ளிப் படிப்பைச் சத்ரிய வித்யாசாலா பள்ளியில் தொடங்கி னார். படிக்கும்போது மிகவும் பொறுமையுடனும், விட்டுக் கொடுக்கும் மனத்துடனும் இவர் விளங்கினார்.

சிவகாமி அம்மாளுக்கு இரண்டு சகோதரர்கள். ஒருவர் கருப்பையா நாடார். இவர் துணிக்கடை வைத்திருந்தார். மற்றொருவர் பெயர் காசி நாராயண நாடார். இவர் திருவனந்த புரத்தில் மரக்கடை வைத்திருந்தார்.

சூழ்நிலையின் காரணமாக பள்ளிப் படிப்பைத் தொடர முடியாத நிலை ஏற்பட்டதும் காமராசர் தன் மாமாவின் துணிக்கடையில் வேலையில் அமர்ந்தார்.

அங்கிருக்கும்போது பெ.வரதராசலு நாயுடு போன்ற தேசத் தலைவர் களின் பேச்சுகளில் கவரப்பட்டு அரசியலிலும், சுதந்திரப் போராட்டங்களிலும் ஆர்வம் காட்டினார். தன்னுடைய 16 ஆம் வயதில் காங்கிரசின் உறுப்பினராக மாறினார்.

ராஜாஜியின் தலைமையில் 1930 மார்ச் மாதம் வேதாரண்யத்தில் உப்பு சத்தியாக்கிரகம் நடைபெற்ற போது அதில் கலந்து கொண்டார். அதற்காக காமராசர் கைது செய்யப்பட்டு கல்கத்தா அலிப்பூர் சிறைக்கு அனுப்பப்பட்டார்.

அடுத்த ஆண்டு காந்தி இர்வுன் ஒப்பந்தத்தின் அடிப்படையில் விடுதலை ஆனார்.

விருதுநகர் வெடிகுண்டு வழக்கில் கைதாகி, சேலம் டாக்டர் பெ. வரதராசலு நாயுடுவின் வழக்காடும் திறமையால் குற்றச்சாட்டு நிரூபிக்கப்படாதலால் விடுதலை ஆனார்.

அங்கிருக்கும்போதே விருதுநகர் நகராட்சித் தலைவராகத் தேர்ந் தெடுக்கப்பட்டார். ஒன்பது மாதங்களுக்குப் பின் விடுதலை ஆனது நேராகச் சென்று தன் பதவி விலகினார்.

பதவிக்கு நேர்மையாக கடமையாற்ற முடியாத நிலையில் அதில் ஒட்டிக் கொண்டிருப்பது தவறு என்பது அவருடைய கொள்கையாக இருந்தது.

மீண்டும் 1942ல் ஆகஸ்டு புரட்சி நடவடிக்கைகளுக்காக கைது செய்யப்பட்டார். இந்த முறை மூன்று ஆண்டுகள் தண்டனை பெற்றார்.

2. காமராஜரின் திட்டமிட்ட வாழ்க்கை

எளிமையும், தூய்மையும் காமராஜரின் அன்றாட வாழ்க்கையின் இறுதிவரை அவரோடு ஒட்டிக் கொண்டிருந்த பண்புகளாகும். நடை, உடை, பாவனை அத்தனையிலும் அவர் எளிமையைக் கடைப்பிடித்தார்.

காமராஜர் முதலமைச்சராக இருந்தபோது அவருக்கு கிடைத்து வந்த மாதச் சம்பளம் ரூ. 1500 தான். அதில் தன்னை ஈன்றெடுத்த அன்னை சிவகாமிக்கு மாதம் தோறும் அனுப்பி வந்த ரூ.150 போக மீதமிருந்த ரூ.1350ல் தனக்கும் தன் உதவியாளர் வைரவனுக்கும் சாப்பாட்டுச் செலவிற்குத் தேவைப்பட்ட ரூ.600 போக மீதமிருந்த ரூ.750ஐ தம்மிடம் உதவி நாடி வரும் ஏழை எளியவர்களுக்கும், தியாகிகளுக்கும் கொடுத்து உதவினார்.

காமராஜரைப் பொறுத்தவரை அவரது சேவைகள் என்பது மிகக் குறைவுதான். காலையில் எழுந்ததும் ஒரு கப் காபி, பகல் 11 மணிக்கு சாப்பாடு, மாலையில் ஒரு கப் காபி, இரவில் நான்கு இட்லி ஒரு கப் பால். இவைதான் அவருடைய உணவு.

மதியச் சாப்பாடு என்பது ரேசன் அரிசி சாதம், சாம்பார், ரசம், ஏதாவதொரு காய், கொஞ்சம் கீரை மற்றும் மோர் என்று சுருக்கமான சைவ சாப்பாடுதான். பகல் உணவில் ஒரு முட்டையைச் சேர்த்துக் கொண்டால் அது விசேஷ சாப்பாடுதான்.

எந்த ஒரு பண்டிகையையும் அவர் கொண்டாடுவது கிடையாது. தீபாவளியின் போது கூட அவர் புதுச்சட்டை, புதுவேட்டி அணிவது கிடையாது.

காமராஜர் பொதுவாக காலையில் ஏழு மணிக்குத்தான் எழுந்திருப்பது வழக்கம். ஏதாவது ஒரு நிகழ்ச்சிக்கு முன் கூட்டியே செல்வதென்றால் முன்னதாக எழுப்பி விடும்படி தம் உதவியாளரிடம் முதல் நாள் இரவிலேயே சொல்லி விடுவார்.

காலை காபிக்குப் பின் பத்திரிக்கைகளெல்லாம் படிப்பார். அதன்

பிறகு தன்னை சந்திக்க வருபவர்களிடம் பேசுவார். இரவிலும் அது போலவே தன்னை சந்திக்க வருபவர்களிடம் பேசிவிட்டு இரவுச் சாப்பாட்டை முடித்துக் கொண்டு நீண்ட நேரம் பத்திரிகை களையோ, புத்தகங்களையோ படிப்பார். சில நாட்களில் இரவு இரண்டு மணி வரை கூட படித்துக் கொண்டிருப்பார்.

ஏதாவது சிக்கலான அரசியல் பிரச்சனைகள் குறுக்கிடும் சமயங்களில் அதைப் பற்றி கட்சி பிரமுகர்களிடம் விவாதிக்கும் பொழுது விடிய விடிய பேசிக் கொண்டிருப்பார்.

தலைவர் காமராஜர் தினசரி இரண்டு முறை குளிப்பார். இரண்டு முறை ஆடைகளையும் மாற்றிக் கொள்வார். குளிர்ந்த நீரில் குளிப்பதுதான் அவருக்குப் பிடிக்கும். சோப்பு ஷாம்பு அவர் ஒரு போதும் உபயோகித்ததில்லை. இளவயதில் வீட்டில் உள்ளவர்களின் தொந்தரவு காரணமாக எண்ணெய் தேய்த்துக் குளித்ததோடு சரி, பிற்காலத்தில் எண்ணெய் தேய்த்துக் குளித்ததில்லை.

ஆரம்ப காலத்தில் ஆட்டிறைச்சி, மீன், கோழிக்கறி முதலியவற்றை சாப்பிட்டு வந்த அவர் பிற்காலத்தில் அடியோடு சைவ உணவுக்கு மாறி விட்டார்.

தினசரி 75 கடிதங்களுக்கு மேல் காமராஜருக்கு வரும். அவைகளுக் கெல்லாம் பதில் எழுதுவது பழக்கம் அவருக்கு இல்லை. அவற்றில் தெரிவிக்கப்படும் தவறுகளைக் களையவும், வேண்டுகோளை நிறை வேற்றவும் கவனம் செலுத்துவார்.

அன்றாடம் தாம் கலந்து கொள்ளும் நிகழ்ச்சிகளை காமராஜர் குறித்து வைத்துக் கொள்வதில்லை. உதவியாளர் தான் குறித்து வைத்துக் கொண்டு நினைவுபடுத்த வேண்டும்.

இது தவிர எந்த ஒரு பொதுக்கூட்டத்திற்காகவும் அவர் குறிப்புகள் எழுதி வைத்துக் கொண்டு போய் பேசுவதில்லை. ஆனால் நினைவில் பதிய வைத்துக் கொண்டு அவற்றைப் பேசுவதுதான் வழக்கம்.

3. முதலமைச்சராக பொறுப்பேற்றார்!

1957 ஆம் ஆண்டு தேர்தல் நெருங்கியபோது சென்னை மாகாணத்தின் நிலப்பரப்பு பல வகைகளில் மாறியிருந்தது.

1953ல் ஆந்திரப் பிரதேசம் தனி மாநிலமாக உருவானபோது, சென்னை மாகாணத்தின் தெலுங்கு பேசும் மாவட்டங்கள் அதனுடன் சென்றன. பிறகு கன்னடம் பேசும் பகுதிகள் மைசூருடன் இணைந்தன.

1956ல் மாநில மறுசீரமைப்புச் சட்டம் அமலுக்கு வந்தபோது மலபார் கேரளாவுடன் இணைக்கப்பட்டது. கன்னியாகுமரி, செங்கோட்டை ஆகியவை தமிழ்நாட்டுடன் இணைக்கப்பட்டன.

இதனால் 375 இடங்களைக் கொண்டிருந்த சென்னை மாாண சட்டப் பேரவை உறுப்பினர்களின் எண்ணிக்கை 205 ஆக குறைந்தது. அதாவது மொத்தம் 167 சட்டப் பேரவைத் தொகுதிகள். இவற்றில் 38 தொகுதிகள் இரட்டை உறுப்பினர் தொகுதிகள். ஆகவே மொத்தமாக 205 தொகுதிகள்.

முதலாவது சட்டமன்றத் தேர்தல் முடிந்ததும் 1952ல் ராஜாஜி முதல்வராயிருந்தார். ஆனால் குலகல்வித் திட்டம் என்று எதிர்க்கட்சி களால் விமர்சிக்கப்பட்ட அரைநாள் பள்ளி, அரைநாள் வேலைத் திட்டம் அவருக்கு பெரும் எதிர்ப்பை கொண்டு வந்து சேர்த்திருந்தது. கட்சிக்கு வெளியில் மட்டுமில்லாமல், கட்சிக்குள்ளேயும் எதிர்ப்புகள் தீவிரமாகியிருந்தன.

இதனையடுத்து 1954ல் அவர் பதவியை விட்டு விலகிவிட கு.காமராஜர் முதலமைச்சராக பதவியேற்றார்.

தான் முதல்வராகப் பதவியேற்றவுடன் அரை நாள் கல்வித் திட்டத்தை நீக்கியதோடு சில இடங்களில் அமர்த்தப்பட்டிருந்த பள்ளிக் குழந்தைக்கான மதிய உணவுத் திட்டமும் அவருக்கு பெரும் செல்வாக்கை சேர்த்திருந்தன.

தவிர திராவிடர் கழகத் தலைவர் பெரியாரும் காமராஜரை ஆதரித்தார். அவரது நாளிதழ் வழியே பிரச்சாரமும் செய்தார்.

1949ல் கட்சியைத் துவங்கியிருந்த தி.மு.க 1952 ஆம் ஆண்டுத் தேர்தலில் போட்டியிடவில்லை. அதற்கு அடுத்து வரவிருந்த பொதுத் தேர்தலில் போட்டியிட கட்சியில் பலரும் விரும்பினர்.

இதையடுத்து 1956 ஆம் ஆண்டு மே மாதம் திருச்சியில் நடந்த தி.மு.க மாநாட்டில் தேர்தலில் போட்டியிடலாமா வேண்டாமா எனக் கேட்டு வாக்கெடுப்பு நடத்தியது அக்கட்சி. அந்த வாக்கெடுப் பில் அதிக உறுப்பினர்கள் போட்டியிடலாம் என வாக்களித்தனர். ஆகவே தேர்தல் களத்தில் குதிக்க முடிவெடுத்தது தி.மு.க.

காங்கிரஸ், தி.மு.க தவிர, ராஜாஜியின் ஆதரவைப் பெற்ற காங்கிரஸ் சீர்திருத்தக் கமிட்டி இந்திய கம்யூனிஸ்ட் கட்சி, பார்வர்டு பிளாக் பிரஜா சோஷலிஸ்ட் கட்சி, சோஷலிஸ்ட் கட்சி உள்ளிட்ட கட்சிகள் இந்தத் தேர்தலில் களத்தில் இருந்தன.

இதில் காங்கிரஸ் சீர்திருத்தக் கமிட்டி, கம்யூனிஸ்ட் கட்சி, பார்வர்டு பிளாக், ஆகிய கட்சிகள் தங்களுக்குள் ஒரு புரிதலை ஏற்படுத்திக் கொண்டு வேட்பாளர்களை நிறுத்தின.

இந்தத் தேர்தலில் காங்கிரஸ் தனது சாதனைகளை முன் வைத்து வாக்குகளைக் கோரியது.

தி.மு.க.வின் திராவிட நாடு கோரிக்கையை காங்கிரஸ், கம்யூனிஸ்ட் ஆகிய இரு கட்சிகளும் கடுமையாக விமர்சித்தன.

காங்கிரஸ் இந்தத் தேர்தலில் வலுவாகக் காட்சியளிக்க, கடந்த தேர்தலில் எதிர்க்கட்சி நிலையில் இருந்த இந்திய கம்யூனிஸ்ட் கட்சி மிகவும் பலவீனமான நிலையில் இருந்தது.

இந்தத் தேர்தலில் காங்கிரஸ் 204 இடங்களில் போட்டியிட்டது. கம்யூனிஸ்ட் கட்சி 58 இடங்களில் வேட்பாளர்களை நிறுத்தியது. பிரஜா சோஷலிஸ்ட் கட்சி 23 இடங்களில் போட்டியிட்டது. தி.மு.க.வின் சார்பில் 124 பேர் போட்டியிட்டனர்.

1957 மார்ச் மாதத்தில் மக்களவைத் தேர்தலோடு சேர்த்து சென்னை மாகாண சட்டப் பேரவைக்கும் வாக்குப் பதிவு நடை பெற்றது.

தேர்தல் முடிவுகள் வெளிவந்த போது ஆசுவாசமும் ஆச்சர்யமும் காத்திருந்தன.

கடந்த தேர்தலில் பெரும்பான்மையைப் பெறாத காங்கிரஸ் கட்சி இந்தத் தேர்தலில் 151 இடங்களில் வெற்றி பெற்று அறுதிப் பெரும்பான்மை பெற்றிருந்தது. கடந்த தேர்தலில் 62 வெற்றி பெற்றிருந்தது இந்திய கம்யூனிஸ்ட் கட்சி.

ஆனால் அக்கட்சிக்கு ஆதரவாக இருந்த பகுதிகள் ஆந்திராவோடு பிரிந்து சென்று விட இந்த முறை வெறும் 4 இடங்களிலேயே அது வெற்றி பெற்றிருந்தது.

காங்கிரஸ் சீர்திருத்தக்கமிட்டி, பிரஜா சோஷலிஸ்ட் கட்சி, பார்வார்டு பிளாக், சோஷலிஸ்ட் கட்சி ஆகியவை இணைந்து 15க்கும் மேற்பட்ட இடங்களைப் பிடித்திருந்தன.

போட்டியிட்ட முதல் தேர்தலிலேயே தி.மு.க.வின் சார்பில் 15 உறுப்பினர்கள் வெற்றி பெற்றிருந்தனர்.

சி.என். அண்ணாதுரை, மு.கருணாநிதி, அன்பழகன் உள்ளிட்ட முக்கியத் தலைவர்கள் வெற்றிப் பட்டியலில் இருந்தனர்.

எல்லா வேட்பாளர்களுக்கும் பொதுவான சின்னம் கிடைக்காத நிலையிலும் கிடைத்த இந்த வெற்றி, அரசியல் களத்தில் பெரும் ஆச்சரியத்தை ஏற்படுத்தியிருந்தது.

முதலமைச்சரான காமராஜர் சாத்தூர் தொகுதியிலிருந்து வெற்றி பெற்றிருந்தார். தி.மு.க பொதுச் செயலாளர் சி.என். அண்ணாதுரை காஞ்சிபுரத்திலிருந்து வெற்றி பெற்றிருந்தார்.

கம்யூனிஸ்ட் கட்சியைச் சேர்ந்த எம்.கல்யாண சுந்தரம் திருச்சி - 11 தொகுதியிலிருந்து, எம். பக்தவச்சலம் திருப்பெரும் புதூரிலிருந்தும், சாத்தான்குளத்திலிருந்து சி.பா.ஆதித்தனாரும், மேலூரிலிருந்து பி.கக்கனும், முதுகுளத்தூரிலிருந்து பசும்பொன் முத்துராமலிங்கத்

தேவரும் வெற்றி பெற்றிருந்தனர்.

வெற்றிக்குப் பின் காமராஜர் அமைத்த அமைச்சரவையில் அவரைத் தவிர ஏழு பேர் மட்டுமே இடம் பெற்றிருந்தனர். எம். பக்தவச்சம் உள்துறைக்கும் சி.சுப்ரமணியம் நிதித்துறைக்கும் பொறுப்பேற்றனர். கக்கன் பொதுப்பணித்துறை அமைச்சராகப் பதவியேற்றார்.

4. தமிழக அரசியல் களத்தில் காமராஜர்

இந்திய சுதந்திரத்திற்குப் பின்னர் காங்கிரஸ் எனும் பிரம்மாண்டக் கட்டமைப்பை 15 ஆண்டுகளில் தி.மு.க முறியடித்த பின்னணி, அரசியல் சூழல், கையிலெடுத்த பிரச்சனைகள், அண்ணாவே தோற்ற வரலாறு ஆகியவற்றை உள்ளடக்கிய மூன்று சட்டப் பேரவை தேர்தல் குறித்த வரலாறு மிகவும் சுவாரஸ்ய மிக்கவையாகும்.

1952ல் முதல் சட்டப் பேரவைத் தேர்தல். திராவிட நாடு என்று சொல்லும் நான்கு மாநில மொழி பேசும் மக்களும் வாக்களித்த முதல் தேர்தலாக இது அமைந்தது.

இந்தத் தேர்தலில் பலமான இந்திய தேசிய காங்கிரஸும், ஆந்திரா, தமிழக, கேரளப்பகுதிகளில் பலம் வாய்ந்த கம்யூனிஸ்ட்டுகளும் கேரளப் பகுதிகளில் பலம் வாய்ந்த முஸ்லீம் லீக் கட்சியும் முக்கிய கட்சிகளாக களத்தில் நின்றன.

1949ல் தொடங்கப்பட்டு மூன்றே வயதான தி.மு.க இத்தேர்தலில் போட்டியிடவில்லை. இந்த தேர்தலில் மொத்தமுள்ள 375 தொகுதி களில் காங்கிரஸ் கட்சி 152 இடத்திலும் இந்திய கம்யூனிஸ்ட் கட்சி 62 இடங்களிலும் மற்ற சிறு சிறு கட்சிகள்மொத்தமாக 161 இடங் களிலும் வென்றன. ராஜாஜி முதல்வர் ஆனார். கோஷ்டி பூசலால் 1954ல் காமராஜர் முதல்வரானார்.

ஒன்றுபட்ட மாகாணத்தில் தேர்தல் நடந்ததும் ஒன்றுபட்ட இந்திய கம்யூனிஸ்ட் கட்சி எதிர்க்கட்சியாக இருந்ததும் இத்தேர்தலின்

சிறப்பு.

அடுத்த 2வது தேர்தல் வருமுன் சென்னை மாகாணத்தில் பல மாற்றங்கள் நிகழ்ந்தன. மொழிவாரி மாகாணங்கள் பிரிக்கப்படும் பணி 1953 லிருந்து ஆரம்பித்து 1956 ஆம் ஆண்டு நவம்பர் முதல் நாளிலிருந்து மாநிலங்கள் சீரமைப்புச் சட்டம் நடைமுறைக்கு வந்தது.

ஆந்திரா, மைசூர், கேரளாவிற்கான பகுதிகள் அம்மாநிலத்துடன் இணைக்கப்பட்ட பின் சென்னை மாநில சட்டப் பேரவை உறுப்பினர்களின் எண்ணிக்கை 19 ஆகக் குறைந்தது.

பின்னர் கன்னியாகுமரி மாவட்டம், நெல்லையில் செங்கோட்டை வட்டமும் சென்னை மாநிலத்துடன் இணைந்ததால் எண்ணிக்கை 205 ஆக உயர்ந்தது.

இந்த முறை 1957 ஆம் ஆண்டு இரண்டாவது சட்டப் பேரவை தேர்தல் நெருங்கியது. இம்முறை தி.மு.க தேர்தலில் போட்டியிடலாமா என 1956 ஆம் ஆண்டு மாநாட்டில் பொது மக்கள் கருத்தைக் கேட்டார் அண்ணா.

அதன் அடிப்படையில் தேர்தலில் தி.மு.க போட்டியிடலாம் என முடிவெடுத்தார் இம்முறை மும்முனைப் போட்டி.

காமராஜர் ஆட்சியில் இரண்டாவது முறை தேர்தலைச் சந்தித்தது காங்கிரஸ். பெரியாரின் ஆதரவு வேறு.

இந்தத் தேர்தலில் வலுவான இந்தியக் கம்யூனிஸ்ட் கட்சியின் மார்க்சிய சித்தாந்தம் தி.மு.க.வின் தமிழ் தேசிய வாதம், வடக்கு வாழ்கிறது தெற்கு தேய்கிறது என்கிற வாதத்தின் முன் தி.மு.கவே பிரதான எதிர்க்கட்சியாக காங்கிரஸ் முன் நின்றது.

அண்ணா காஞ்சியிலும், தன்னுடைய 33 வது வயதில் தி.மு.க. தலைவர் கருணாநிதி குளித்தலை தொகுதியிலும் முதன் முதலில் போட்டியிட்டதும் இந்தத் தேர்தலில் தான்.

திருக்கோஷ்டியூரில் கவிஞர் கண்ணதாசன் சேலத்தில் நாவலர் நெடுஞ்செழியன், தேனியில் நடிகர் எஸ்.எஸ்.ஆர், எழும்பூரில்

க.அன்பழகன், அன்பில் தர்மலிங்கம் ஆகியோரும் போட்டி யிட்டனர்.

தேர்தல் முடிவில் காங்கிரஸ் பெருவெற்றி பெற்றது. காமராஜர் மீண்டும் முதல்வர் ஆனார். முதன் முதலில் தேர்தலில் 112 இடங் களில் போட்டியிட்ட தி.மு.க 15 இடங்களில் வெற்றி பெற்றது.

அண்ணா, கருணாநிதி, அன்பழகன், ஆசைத்தம்பி, சத்தியவாணி முத்து, ப.உ. சண்முகம் போன்றோர் வெற்றி பெற்றனர்.

என்.எஸ்.கிருஷ்ணன் போன்றோர் பிரச்சாரம் செய்தும் இந்தத் தேர்தலில் தி.மு.க.வின் முக்கியத் தலைவர்களான நாவலர் நெடுஞ் செழியன், கண்ணதாசன், அன்பில் தர்மலிங்கம், என். எஸ்.ஆர் ஆகியோர் உள்ளிட்ட நூற்றுக்கணக்கானோர் தோல்வி அடைந் தனர். புதிய கட்சியான தி.மு.க.வுக்கு பொதுச்சின்னம் கிடைக்காதது இதற்கான காரணமாக இருந்தது.

1957 ஆம் ஆண்டுக்கும் 1962 ஆம் ஆண்டுக்கும் இடையே தமிழக அரசியலில் எத்தனை மாற்றங்கள். திரையுலகின் முடிசூடாமன்னன் பின்னர் அதிமுகவை ஆரம்பித்த எம்.ஜி.ஆர், கருணாநிதியுடன் ஏற்பட்ட நட்பு வலுப்பெற தி.மு.க.வில் இணைந்தார்.

ஆனால் 1962 ஆம் ஆண்டு பொதுத் தேர்தலுக்கு இடையில் பெரியாரின் அண்ணன் மகன் தி.மு.க.வில் அண்ணாவுக்கு இணை யாக விளங்கிய ஈ.வி.கே சம்பத் 1961 ஏப்ரலில் வெளியேறினார். அவருடன் கண்ணதாசனும் வெளியேறினார்.

அவர்கள் தமிழ் தேசியக் கட்சியைத் தொடங்கினர். இந்தத் தேர்தலில் வலுவான காங்கிரசை எதிர்த்து தி.மு.க போட்டியிட்டது. இந்த காலகட்டத்தில் இலங்கை, தமிழர் பிரச்சனையை தி.மு.க கையிலெடுத்திருந்தது.

தமிழருக்கான தனிநாடு, திராவிட நாடு கோரிக்கைகளும், சென்னை மாநிலத்துக்கு தமிழ்நாடு எனப் பெயரிட வேண்டும் போன்ற மொழி சார்ந்த பிரச்சனைகளும் தி.மு.க.வால் கையிலெடுக்கப்பட்டன.

இந்திய கம்யூனிஸ்ட் கட்சியில் இந்தியா முழுவதும் பெரிய அளவில்

உள்கட்சி போராட்டம் வெடித்திருந்த நேரம். இந்தியாவுக்கு ஏற்ற பாதை தேசிய ஜனநாயகப் புரட்சியா? மக்கள் ஜனநாயக புரட்சியா என்கிற போராட்டம் உட்கட்சி போராட்டமாக வலுவாக இருந்த நேரம்.

விவசாயிகளின் பிரச்சனை, தாழ்த்தப்பட்ட மக்களுக்கான உரிமைப் போராட்டம், நிலப்பரப்புத்துவ எதிர்ப்பு போர், நிலச் சீர்திருத்தம், போன்றவற்றை தி.மு.க.வும் கையிலெடுத்தால் கம்யூனிஸ்டுகள் இடத்தை தி.மு.க.வின் திராவிட கொள்கைகள் எளிதாகப் பின்னுக்கு தள்ளின.

இந்தக் காலகட்டத்தில் எம்.ஜி.ஆர்.; கே.ஆர்.ராமசாமி போன்றோரின் திரையுலக கவர்ச்சியும் பேச்சாற்றால், எழுத்தாற்றல் மிக்க தலைவர் களும் மக்களை எளிதாக அணுகினர்.

இதன் காரணமாக காங்கிரஸின் பலமான கோட்டையில் தி.மு.க. பெரிய தாக்குதலைக் கொடுத்தது.

1957 தேர்தலுக்குப் பின் தி.மு.க பெரும் அளவில் வளர்ந்திருந்தது. இதற்கிடையே மூன்றாவது தேர்தலில் 15 என்கிற எண்ணிக்கையை 50 ஆக தி.மு.க உயர்த்தியது. காங்கிரஸ் 12 இடங்களை இழந்தது. ஆனாலும் ஆட்சியை தக்க வைத்துக் கொண்டது.

அண்ணாவை குறிவைத்து நடத்திய தேர்தலில் அவர் தோற்றுப் போனார். ஆனால் நெடுஞ்செழியன், எஸ்.எஸ்.ஆர் போன்றோர் வென்றனர்.

அண்ணா இடத்தில் சட்டப் பேரவைத் தலைவராக நெடுஞ்செழி யனும், துணைத் தலைவராக கருணாநிதியும் பொறுப்பேற்றனர். அண்ணா பின்னர் மாநிலங்களவை உறுப்பினர் ஆனார்.

இந்தத் தேர்தலில் எம்.ஜி.ஆரின் பிரச்சாரம் பெரும் துணையாக தி.மு.க.வுக்கு அமைந்தது. இம்முறை கருணாநிதி தஞ்சாவூரில் காங்கிரஸ் கட்சியின் வேட்பாளர் மிகப் பெரும் பஸ் முதலாளியை எதிர்த்துப் போட்டியிட்டார்.

வெல்லவே முடியாது என்று தமிழகமே எதிர்பார்த்த நிலையில் தனது நண்பர் கருணாநிதிக்காக அங்கேயே பலநாள் பிரச்சாரம் செய்த எம்.ஜி.ஆரின் பிரச்சாரமும் பெரும் வெற்றி பெற உதவியது.

1962 வெற்றிக்கும் 4வது பொதுத் தேர்தலான 1967 ஆம் ஆண்டுக்கு மிடையே எத்தனை மாற்றங்கள்.

1962ல் சீனப் போரில் இந்தியா தோல்வி, திராவிட நாடு கொள்கையை தி.மு.க கைவிட்ட சம்பவம், 1964ல் பிரதமர் நேருவின் திடீர் மரணம் அதனைத் தொடர்ந்து பிரதமரான லால் பகதூர் சாஸ்திரியின் மரணம், இந்திரா காந்தி பிரதமரானது எனப் பல சம்பவங்கள்.

1964 ஆம் ஆண்டு அகில இந்திய அளவில் இந்திய கம்யூனிஸ்ட் கட்சி இரண்டாக உடைந்தது. மார்க்சிஸ்ட் கம்யூனிஸ்ட் கட்சி உதய மானது.

இந்தக் காலகட்டத்தில் தான் தி.மு.க.வால் மொழிப் போர் கையிலெடுக்கப்பட்டது. இந்தித் திணிப்புக்கு எதிராக மொழிப் பிரச்சனையைத் தி.மு.க கையிலெடுத்தது.

மிகப் பெரிய அளவில் இளைஞர்கள் இக்காலகட்டத்தில் தி.மு.க.வின் பின்னால் வந்தனர்.

காமராஜர் முதல்வர் பதவியை விட்டு விலகி பக்தவச்சலத்தை முதல்வராக்கினார். மொழிப் பிரச்சனையுடன் உணவுப் பஞ்சம் உள்ளிட்டவை சேர, எலிக்கறி சாப்பிடச் சொன்னதாக காங்கிரஸுக்கு எதிரான தி.மு.க.வின் போராட்டம் வெடித்தது. அண்ணாவின் படி அரிசித் திட்டம் பெரிதாக எடுபட்டது.

இதற்குள் 1965 ஆம் ஆண்டின் தொகுதி சீரமைப்பு நடவடிக்கை களின் விளைவாக சென்னை சட்டப் பேரவையின் உறுப்பினர் எண்ணிக்கையும் 234 ஆக உயர்த்தப்பட்டது. இவற்றில் 44 இடங்கள் தனித்தொகுதியாக அறிவிக்கப்பட்டன.

1967 ஆம் ஆண்டு பிப்ரவரி மாதம் சென்னை மாநிலத்தின் நான்காவது சட்ட பேரவைத் தேர்தல் நடந்தது.

அந்த நேரத்தில் தி.மு.க.வின் பிரச்சார பீரங்கி எம்.ஜி.ஆர். சுடப்பட்டார். இதுவும் தி.மு.க.வுக்கு மிகப்பெரிய வாய்ப்பாக அமைந்தது.

1967 ஆம் ஆண்டு 4 வது பொதுத் தேர்தலில் தி.மு.க தலைமையில் ராஜாஜியின் சுதந்திரக் கட்சி மார்க்சிஸ்ட் கம்யூனிஸ்ட் கட்சி, முஸ்லீம் லீக் உள்ளிட்டவை இணைந்து போட்டியிட்டன.

காங்கிரஸ் கட்சி தனித்து போட்டியிட்டது. தி.மு.க கூட்டணி பெரிய அளவில் வெற்றி பெற்றது. 179 இடங்களில் வென்ற கூட்டணியில் தி.மு.க மட்டுமே 137 இடங்களில் வென்றது.

காங்கிரஸ் கட்சி 232 இடங்களில் போட்டியிட்டு 51 இடங்களை மட்டுமே பெற்று 88 இடங்களை இழந்தது.

அண்ணா முதல்வர் ஆனார். ஆனால் அந்தத் தேர்தலில் அண்ணா சட்டசபைக்கு போட்டியிடவில்லை. மக்களவைக்கு போட்டியிட்டு தென் சென்னை எம்.பி. ஆனார்.

அதற்குப் பிறகு எம்.பி. பதவியை ராஜினாமா செய்து சட்ட மேலவைக்குள் நுழைந்தன் மூலம் முதல்வர் ஆனார்.

5. காமராஜரின் பொற்கால ஆட்சி

சிறந்த பேச்சாளரும் நாடாளுமன்றவாதியுமான சத்திய மூர்த்தியின்பால் ஈர்க்கப்பட்ட காமராசர் அவரையே தனது அரசியல் குருவாக ஏற்றுக் கொண்டிருந்தார்.

1936ல் சத்திய மூர்த்த பிரதேச காங்கிரசின் தலைவரானபோது காமராசரையே செயலாளராக ஆக்கினார்.

இருவரின் முயற்சியில், காங்கிரஸ் ஆட்சி நல்ல வளர்ச்சி கண்டு தேர்தல்களில் பெரு வெற்றி பெற்றது.

இந்தியா சுதந்திரம் அடைந்த செய்தி கேட்டு காமராசர் முதலில் சத்தியமூர்த்தியின் வீட்டுக்குச் சென்று அங்குதான் தேசியக்

கொடியை ஏற்றினார்.

1953க்குப் பிறகு சக்கரவர்த்தி ராஜகோபாலாச்சாரியார் கொண்டு வந்த குலக்கல்வித் திட்டத்தால் அதிக அளவில் எதிர்ப்புகள் கிளம்பி இருந்த நேரம்.

காமராசர் ஆட்சித் தலைமைப் பொறுப்புக்கு தரத் தயங்கியதற்கு அவருக்கிருந்த மொழிவளம் குறித்த தாழ்வுணர்ச்சி ஒரு முக்கிய காரணம்.

குலக்கல்வித் திட்டத்தால் ராஜாஜியின் செல்வாக்கு வேகமாக சரிந்து கொண்டிருக்க, மொழிவாரி மாநிலங்கள் அமைப்பின் காரணமாக தமிழ்நாடும் சுருங்கிப் போக, காங்கிரசின் உள்ளேயே ராஜாஜிக்கு பெரும் எதிர்ப்பு கிளம்பி விட்டது.

நிலைமை அறிந்த கட்சி மேலிடம் தமிழக அளவில் தீர்மானித்துக் கொள்ள அனுமதி வழங்கி விட்டது.

ராஜாஜி தான் அவமானப்படுவதைத் தவிர்க்க, 'எனக்கு எதிராக கட்சியில் யாரும் தீர்மானம் கொண்டு வர வேண்டாம். நானே விலகிக் கொள்கிறேன்' என்று அறிவித்து விட்டார்.

அதே சமயம் ராஜாஜியின் இடத்திற்கு வர பின்னணியில் அவரது ஆதரவாளரான சி.சுப்பிரமணியத்தை முன்னிறுத்த வேலை செய்தார். அவருடைய இன்னொரு முக்கிய ஆதரவாளரான எம்.பக்தவச்சலம் அதனை முன்மொழிந்தார்.

ஆனால் கட்சி சட்டமன்ற உறுப்பினர்களின் கூட்டத்தில் காமராசர் பெருவாரியான வாக்குகள் முன்னணியில் வெற்றி பெற்றார். இதுதான் காமராசர் தமிழக முதல்வராக 1953 தமிழ்ப் புத்தாண்டு அன்று பதவியேற்றதன் பின்னணி.

காமராசரின் அன்றைய அமைச்சரவையில் மிகக் குறைந்த அளவில் எட்டு பேர்கள் மட்டுமே அமைச்சர்களாக இருந்தனர்.

தன்னை எதிர்த்துப் போட்டியிட்ட சி.சுப்பிரமணியம் அவரை முன்மொழிந்த எம். பக்தவச்சலம் இருவரையுமே அமைச்சரவையில் சேர்த்திருந்தார்.

அவருடைய அமைச்சரவையில் இடம் பெற்றிருந்த இன்னும் முக்கிய இருவர் ராமசாமி படையாச்சி, மாணிக்கவேலு நாயக்கர் ஆகியோர். இவர்கள் இருவரும் காங்கிரசை எதிர்த்துப் போட்டி யிட்டு தி.மு.க ஆதரவோடு வென்றவர்கள்.

1952 தேர்தலில் தி.மு.க போட்டியிடவில்லை என்றாலும் அது சில வேட்பாளர்களை வெளிப்படையாக ஆதரித்தது.

தி.மு.க.வின் திராவிட நாடு கொள்கையை ஆதரிக்கிறேன். சட்ட மன்றத்தில் தி.மு.க.வின் கொள்கைகளை எதிரொலிப்பேன். தி.மு.க வெளியிடும் திட்டங்களுக்கு ஆதரவு பெருக்கும் வகையில் சட்ட மன்றத்தில் பணியாற்றுவேன் என்கிற நிபந்தனைகளுக்கு எழுத்து பூர்வமாக கையெழுத்திட்டு தருபவர்களுக்கு ஆதரவு அளித்தது தி.மு.க

அப்படிக் கையெழுத்து போட்டுக் கொடுத்துக் காங்கிரசை எதிர்த்து வெற்றி பெற்று அமைச்சர் ஆனவர்கள் இவர்கள் இருவரும்.

காமராசர் ஆட்சிப் பொறுப்பேற்றதும் ராஜாஜி கொண்டு வந்திருந்த குலக்கல்வித் திட்டத்தினைக் கைவிட்டார்.

அவரது ஆட்சிக் காலத்தில் தமிழகத்தில் பள்ளிகளின் எண்ணிக்கை 27000 ஆனது. 1920ல் நீதிக்கட்சி அரசு ஆதரவுடன் சென்னை மாநகராட்சியின் பள்ளியில் மதிய உணவுத் திட்டம் கொண்டு வரப்பட்டது.

முதலில் ஆயிரம் விளக்குப் பகுதியில் இருந்த ஒரு மாநகராட்சிப் பள்ளியில் காலை உணவுத் திட்டமாக அறிமுகப்படுத்தப்பட்டது. பின் நான்கு பள்ளிகளுக்கு விரிவுபடுத்தப்பட்டது.

இத்திட்டம் 1960களில் காமராசரால் அறிமுகப்படுத்தப்பட்டு எம்.ஜி. ராமசந்திரனால் 1980களில் விரிவுபடுத்தப்பட்ட சத்துணவுத் திட்டத்தின் முன்னோடியாகும்.

அவரது மதிய உணவுத்திட்டம் இன்று உலக அளவில் பாராட்டப் படும் திட்டமாகும். அதன் பலனாகப் பள்ளிகளில் படிப்போரின் எண்ணிக்கை 37 விழுக்காடாக உயர்ந்தது. பள்ளிகளில் வேலை

நாட்கள் 180ல் இருந்து 200 ஆக உயர்த்தப்பட்டது. சென்னை இந்தியத் தொழில்நுட்ப நிறுவனம் தொடங்கப்பட்டது.

காமராசர் முதலமைச்சராகப் பதவி வகித்த காலங்களில் நாட்டு முன்னேற்றம், நாட்டு மக்களின் வாழ்க்கை முன்னேற்றம், கல்வி, தொழில் வளத்துக்கு முன்னுரிமை அளித்து பல திட்டங்களை நிறைவேற்றினார்.

அவரது ஆட்சியின் கீழ் 10 முக்கிய நீர்பாசனத் திட்டங்கள் நிறைவேற்றப்பட்டன.

அவை பவானித் திட்டம், மேட்டூர் கால்வாய்த் திட்டம், காவேரி டெல்டா வடிகால் அபிவிருத்தித் திட்டம், மணிமுத்தாறு, அமராவதி, வைகை பரம்பிக்குளம், ஆழியாறு பாசன திட்டம், சாத்தனூர், கிருஷ்ணகிரி, ஆரணியாறு ஆகியவைகளாகும்.

கன்னியாகுமரி மாவட்டத்தில் மலை கிராமங்களுக்கு குடிநீர் பிரச்சனையை தீர்ப்பதற்காக காமராசரால் கட்டப்பட்ட மாத்தூர் தொட்டிப் பாலம் ஆசியாவின் மிகப்பெரிய தொட்டிப் பாலமாக உள்ளது.

காமராஜர் காலத்தில் தமிழகத்தில் தொடங்கப்பட்ட முக்கிய பொதுத்துறை நிறுவனங்களும், பெருந்தொழிற்சாலைகளும் :

1. பாரதமிகு மின் நிறுவனம்

2. நெய்வேலி பழுப்பு நிலக்கரி நிறுவனம்

3. மணலி சென்னை சுத்திகரிப்பு நிலையம்

4. இரயில் பெட்டி இணைப்புத் தொழிற்சாலை

5. நீலகிரி புகைப்படச் சுருள் தொழிற்சாலை

6. கிண்டி மருத்துவ சோதனைக் கருவிகள் தொழிற்சாலை

7. மேட்டூர் காகிதத் தொழிற்சாலை

குந்தா மின்திட்டமும், நெய்வேலி மற்றும் ஊட்டி ஆகிய இடங்களில் வெப்பமின் திட்டங்களும் காமராஜரால் ஏற்படுத்தப்பட்டவை.

காமராஜர் முதல் அமைச்சரான முதல் ஆண்டிலேயே அனைத்து தொடக்கப்பள்ளி ஆசிரியர்களுக்கும் ஓய்வு ஊதியம் வழங்க ஆணை யிட்டார்.

பின்னர் உயர்நிலைப் பள்ளி ஆசிரியர்களுக்கும், அதன் பின்னர் தனியார் கல்லூரி ஆசிரியர்களுக்கும் ஓய்வு ஊதியம் வழங்கும்படி ஓய்வு ஊதியத் திட்டத்தை நீட்டித்தார்.

1967 ஆம் ஆண்டு நடைபெற்ற தமிழக சட்டமன்றப் பொதுத் தேர்தலில் தமது சொந்த ஊரான விருதுநகர் தொகுதியில் பெ.சீனிவாசன் என்பவரால் 1285 வாக்கு வித்தியாசத்தில் தோற் கடிக்கப்பட்டார் காமராஜர்.

நாகர்கோயில் மக்களவைத் தேர்தலில் 1969ல் நடைபெற்ற இடைத் தேர்தலில் வெற்றி பெற்றார்.

மூன்று முறை (1954-57, 1957-1962, 1962-63) முதலமைச்சராகத் தேர்ந்தெடுக்கப்பட்டிருந்த காமராஜர் பதவியை விட தேசப் பணியும், கட்சிப் பணியுமே முக்கியம் என்பதை மக்களுக்கும் குறிப்பாக கட்சித் தொண்டர்களுக்கும் காட்ட விரும்பிக் கொண்டு வந்த திட்டம்தான் K.PLAN எனப்படும் காமராஜர் திட்டம் ஆகும்.

அதன்படி கட்சியின் மூத்த தலைவர்கள் பதவிகளை இளையவர் களிடம் ஒப்படைத்து விட்டு கட்சிப் பணியாற்றச் செல்ல வேண்டும் என்று இவர் நேருவிடம் சொன்னதை அப்படியே ஏற்றுக் கொண்டார் நேரு.

இந்தத் திட்டத்தை முன் மொழிந்த கையோடு தன் முதலமைச்சர் பதவியை ராஜினாமா செய்து (2 அக்டோபர் 1963) பொறுப்பினை பக்தவச்சலத்திடம் ஒப்படைத்துவிட்டு டெல்லி சென்றார்.

அக்டோபர் 9 அன்று அகில இந்திய காங்கிரசுக் கட்சியின் தலைவர் ஆனார் காமராஜர்.

லால்பகதூர் சாஸ்திரி, மெரார்ஜி தேசாய், எஸ்.கே.பட்டீல், ஜெகஜீவன்ராம் போன்றோர் அவ்வாறு பதவி துறந்தவர்களில் முக்கியமானவர்கள்.

அகில இந்திய அளவில் காமராஜரின் செல்வாக்கு கட்சியினரின் மரியாதைக்குரியதாக இருந்தது. அதனாலேயே 1964ல் ஜவஹர்லால் நேரு இறந்தவுடன் இந்தியாவின் தலைமை அமைச்சராக லால் பகதூர் சாஸ்திரியை முன் மொழிந்து காமராஜர் சொன்ன கருத்தினை அனைவரும் ஏற்றனர்.

1966 இல் லால்பகதூர் சாஸ்திரி திடீர் மரணத்தின் போது ஏற்பட்ட அசாதாரண அரசியல் சூழ்நிலையின்போது இந்திரா காந்தியை பிரதம மந்திரியை கொண்டு வரச் செய்ததில் காமராஜருக்கு கணிசமான பங்கு இருந்தது.

காமராஜருக்கு இந்திராகாந்தியுடன் ஏற்பட்ட பிணக்கு காரணமாக காங்கிரஸ் கட்சி இரண்டாக உடையும் நிலை ஏற்பட்டது.

காமராஜரின் தலைமையிலான சிண்டிகேட் காங்கிரஸ் தமிழக அளவில் செல்வாக்குடன் திகழ்ந்தது.

ஆனாலும் திராவிட முன்னேற்றக் கழகத்தின் மாபெரும் வளர்ச்சி யால் அதன் பலம் குன்றிப் போக காமராஜர் தன்னுடைய அரசியல் பயணத்தை தமிழக அளவில் சுருக்கிக் கொண்டார். தமிழக ஆட்சியாளர்களின் தவறுகளை சுட்டிக்காட்டி வந்தார்.

இந்திராகாந்தி நெருக்கடி நிலையினை அமல் செய்தபோது அதனைக் கடுமையாக எதிர்த்தவர்களில் காமராஜரும் ஒருவர்.

இந்தியாவின் அரசியல் போக்கு குறித்து மிகுந்த குறையும் கவலையும் கொண்டிருந்த நிலையில் காமராஜர் இருந்தார்.

இந்தியாவின் விடுதலைக்கு பாடுபட்ட ஜெயப்பிரகாஷ் நாராயணன், மொரார்ஜி தேசாய் மற்றும் பல தலைவர்கள் இக்காலகட்டத்தில் இந்திராகாந்தி அரசால் கைது செய்யப்பட்டனர்.

அக்டோபர் 2 காந்தியடிகள் பிறந்த நாளன்று அவர்கள் விடுதலை செய்யப்படுவார்கள் என்று எதிர்பார்த்திருந்தார். ஆனால் அன்று ஆச்சார்ய கிருபாளணியும் கைது செய்யப்பட்டார் என்ற செய்தியை கேட்ட அன்றே உயிர் துறந்தார்.

1975 அக்டோபர் திங்கள் 2 ஆம் நாள் மதிய உறக்கத்திற்குப்

பின்னர் காமராசரின் உயிர் பிரிந்தது.

அவர் இறந்தபோது பையில் இருந்த சிறிதளவு பணத்தை தவிர வேறு வங்கிக் கணக்கோ, சொந்த வீடோ, வேறு எந்தவித சொத்தோ காமராசரிடம் இல்லை. தன் வாழ்நாள் இறுதிவரை வாடகை வீட்டிலேயே வசித்து வந்தவர் காமராஜர்.

6. எல்லோரும் போற்றிய காமராஜர்

1967 தேர்தல் நிலவரம் வெளியாகிக் கொண்டிருந்தது. விருதுநகர் தொகுதியில் கல்லூரி மாணவரான பெ. சீனிவாசனிடம் காமராஜர் தோல்வியுற்ற தகவலைக் கேட்டு எம்.ஜி.ஆர் கண்ணீர் வடித்ததாகக் கூறுவார்கள்.

தி.மு.க. வெற்றியை மற்றவர்கள் கொண்டாடிக் கொண்டிருந்த போது அண்ணா நுங்கம்பாக்கம் வீட்டில் சோகமாக இருந்தார்.

'காமராஜர் தோற்றிருக்கக் கூடாது. எத்தனை அதிருப்தி இருந்திருந்தாலும் மக்கள் காமராஜரை தோற்கடித்திருக்கக் கூடாது என திரும்பத் திரும்ப சொல்லிக் கொண்டிருந்தார் அண்ணா'

'சட்டமன்றத்தில் நாம் ஒரு வலுவான தலைவரின் அனுபவத்தை இழந்து விட்டோம்' என வேதனைப்பட்டார் அண்ணா. காமராஜரின் வெற்றியைப் பாதிக்கக் கூடாது என்பதற்காகவே அந்தத் தொகுதியில் முன் பின் அறிமுகமாயிராத ஒரு கல்லூரி மாணவனை நிறுத்தியிருந்தார் அண்ணா என்பார்கள். ஆனால் அதிருப்தி அலையில் காமராஜரும் தப்பவில்லை.

தி.மு.க அரியணைக்கு வந்த சில மாதங்கள் கடந்த நிலையில் தி.மு.க. ஆட்சி பற்றி அதுவரை காமராஜர் எந்த விமர்சனமும் வைக்காதது பற்றி சிலர் காமராஜரிடம் குறைப்பட்டுக் கொண்டனர்.

'அவங்க வந்தே 4 மாதங்கள் தான் ஆகிறது. கட்சி நிர்வாகம் வேற ஆட்சி நிர்வாகம் வேற' இப்போதுதான் புதுசா வந்திருக்காங்க. ஆட்சியின் நிர்வாக விசயங்களை தெரிந்து கொள்வதற்கே இன்னும்

பல மாதங்கள் ஆகும். அதுக்குள்ள விமர்சிக்கறதுதான் ஜனநாயகமா? என குறைப்பட்டவரை கடிந்து கொண்டார் காமராஜர்.

அக்டோபர் 2 காமராஜர் மறைந்த அன்று சோகமே உருவாக அப்போதைய முதல்வர் கருணாநிதியும் அவர் அமைச்சரவை சகாக்களும் அவரது உடலை சூழ்ந்து அமர்ந்திருந்தனர்.

அப்போது காங்கிரஸ் கட்சியின் தலைவர்கள், தேனாம்பேட்டை காங்கிரஸ் அலுவலகத்திலேயே காமராஜர் உடலை பொது மக்கள் பார்வைக்கு வைத்து மற்ற சம்பிரதாயங்களையும் அங்கே நடத்த திட்டமிட்டனர்.

முதல்வர் கருணாநிதி காதுகளுக்கு இந்தத் தகவல் போனது. கொதித்து விட்டார் அவர். காமராஜர் ஒரு கட்சியின் தலைவர் மட்டுமல்ல. இந்த தேசத்தின் சொத்து. அவரது உடலை ராஜாஜி ஹாலில் வைத்து அரசு முறைப்படிதான் தகனம் செய்ய வேண்டும் என்றார்.

அப்போது குறுக்கிட்ட அதிகாரி ஒருவர், காமராஜர் அப்போது எந்த பொறுப்பிலும் இல்லாததை சுட்டிக்காட்டி, சில சட்ட சம்பிரதாயங்கள் தெரிவித்ததோடு, மத்திய அரசிடம் அனுமதி பெற வேண்டிய சட்ட விதியை எடுத்துச் சொன்னார்.

மீண்டும் கோபத்துடன் குறுக்கிட்ட கருணாநிதி, 'நான் சொல்வதைச் செய்யுங்கள். மேலும் காமராஜரின் உடலை கிண்டியில் உள்ள அரசுக்கு சொந்தமான ராஜாஜி நினைவகம் அருகில்தான் அடக்கம் செய்ய வேண்டும். காமராஜருக்கு இறுதி மரியாதை செய்வதற்கு நாம் யாரிடமும் போய் அனுமதி கேட்க வேண்டிய அவசியமில்லை' என கறாராகக் கூறிவிட்டார்.

காங்கிரஸ் என்ற பேரியக்கத்தின் தூணாக விளங்கிய கர்மவீரர் இப்படி மாற்றுக் கட்சியினராலும் போற்றக் கூடிய வகையில் உயரிய வாழ்க்கை வாழ்ந்த உத்தமர் எனறால் அது உண்மை தானே!

7. காமராஜரை கொல்ல முயன்ற வரலாறு

அண்ணல் காந்தியடிகள் பிறந்த நாளில் தான் தென்னாட்டு காந்தியடிகளான பெருந்தலைவர் காமராஜர் மறைந்தார்.

அதுமட்டுமா? அண்ணல் காந்தியடிகள் உயிரைக் குடித்த இந்துத்துவ வெறிக் கும்பல் தான் பெருந்தலைவர் காமராஜரையும் டெல்லியில் உயிரோடு தீ வைத்து எரித்து படுகொலை செய்ய முயன்ற வரலாறு கூறுகிறது.

1966 ஆம் ஆண்டு இந்தியாவில் பசுவதைத் தடைச் சட்டத்தை அமல் படுத்த வேண்டும் என்று சாமியார்கள் கோஷ்டி தீவிரமாக வலியுறுத்திய தருணம்.... இதற்காக டெல்லியில் பல்லாயிரக்கணக்கான சாமியார்கள் ஆதரவுடன் பூரி சங்கராச்சாரியார் உண்ணா விரதம் என அறிவிக்கப்பட்டது.

நாடு கொந்தளித்து கொண்டிருந்தது. அப்போது பசுவதைத் தடைச் சட்டத்தை முன் வைத்து ஜனசங்கம் ஆர்.எஸ்.எஸ். இயக்கங்கள் மத அரசியல் செய்வதை வன்மையாக கண்டித்து பேசிக் கொண்டிருந்தார் காமராஜர்.

அதில் உச்சமாக காமராஜர் சொன்னது நம்மை காட்டுமிராண்டி காலத்துக்கு இழுத்துட்டுப் போறாங்க என்பதுதான். இதனைக் காங்கிரஸ் காரியக் கமிட்டியில் பகிரங்கமாகவே பேசினார் காமராஜர்.

அவ்வளவுதான். காமராஜர் சொன்னதை செயலில் காட்டுகிறோம் என்பதைப் போல வன்முறைக் காத்தடித்தது. பசுவதைத் தடைச் சட்டம் கோரிய கும்பல். அந்த நாளும் வந்தது.

1966 ஆம் ஆண்டு நவம்பர் மாதம் 7 ஆம் தேதி டெல்லி வீதிகளில் பசுவதைத் தடை கோரிய கும்பல் வன்முறை வெறியாட்டம் போட்டது. டெல்லி இர்வின் மருத்துவமனையில் வன்முறையை துவங்கிய இந்தக் கும்பல் நாடாளுமன்றத்தைத் தாக்கும் நோக்கத் துடன் மெல்ல மெல்ல நகர்ந்து போனது.

அப்போது நாடாளுமன்றத்தை சுற்றி வளைத்து தாக்குதல் நடத்துங்கள் என அறைகூவல் விடுத்த எம்.பி.க்களையும் பார்த்து நாடு அதிர்ச்சியில் உறைந்தது. இதுதான் இந்தியாவில் நாடாளுமன்றம் மீதான முதல் தாக்குதல் என்பது சரித்திரம்.

டெல்லி வீதிகளில் ஈட்டிகள், திரிசூலங்கள் சகிதமாக நிர்வாண சாதுக்கள் தலைமையில் தான் இந்த வன்முறை போராட்டம் நடந்தேறியது.

கண்ணில் பட்ட இடங்களை எல்லாம் தீயிட்டு எரித்தது இந்தக் கும்பல். வானொலி நிலையம், PT1 அலுவலகம் என எதுவும் தப்ப வில்லை.

இப்போது அந்த கும்பல் பார்வை அகில இந்திய காங்கிரஸ் கமிட்டி அலுவலகம், டெல்லி காமராஜர் இல்லம் ஆகியவற்றை இலக்கு வைத்தது. இந்த இரு இடங்களிலுமே திட்டமிட்டு ஏற்கனவே குண்டர் கும்பலை நிறுத்தி வைத்திருந்தது பசுவதை தடை கோரிய சாதுக்கள் கோஷ்டி.

டெல்லி இல்லத்தில் பகல் உணவை முடித்து விட்டு ஓய்வெடுத்துக் கொண்டிருந்தார் காமராஜர். அப்போது பெரும் கூச்சலுடன் சாதுக்கள் கும்பல் ஒன்று காமராஜர் பங்களாவுக்குள் நுழைந்தது. பாதுகாவலர்கள் தடுத்தார்கள். துப்பாக்கியால் வானத்தை நோக்கிச் சுட்டனர்.

அடங்குமா அந்த கூட்டம்? காமராஜர் உள்ளே இருப்பதை உறுதி செய்து கொண்டு வெறிகொண்டு பாய்ந்தது. சரமாரி கற்களை வீசின. காமராஜரின் உதவியாளர் அம்பி எனும் வரதராஜன் தாக்கப்பட்டு குற்றுயிராக வீசப்படுகிறார்.

காமராஜரின் பங்களாவுக்கு தீ வைக்கிறது அந்தக் கும்பல். அவர் களது நோக்கம் காமராஜரை உயிரோடு தீ வைத்து எரித்துக் கொல்ல வேண்டும் என்பது தான். ஆனால் காமராஜர் அங்கிருந்து தப்பிச் சென்று விடுகிறார்.

இதுதான் காமராஜரை உயிரோடு எரித்துக் கொல்ல முயன்ற வரலாறு. அன்று இந்தியாவை இச்சம்பவம் பதற வைத்தது.

தந்தை பெரியார் வெகுண்டு எழுந்து கடும் கண்டனங்களைத் தெரிவித்தார். அதே காலகட்டத்தில் காமராசர் கொலை முயற்சி சரித்திரம் என்ற நூலையும் பெரியார் வெளியிட்டு மக்களிடம் உண்மையை கொண்டு சேர்த்தார்.

8. தி.மு.க.வை எதிர்கொண்ட காமராஜர்

1962 ஆம் வருடம் நடந்த சட்டமன்றத் தேர்தலில் காமராஜர் தலைமையில் காங்கிரஸ் கட்சி பெரும் வெற்றி பெற்றாலும், தமிழ்நாடு எதிர்கொள்ளவிருந்த மாற்றங்களை முன்னறிவிக்கும் தேர்தலாக அந்தத் தேர்தல் அமைந்தது.

சீனாவுடனான யுத்த மேகங்கள் இந்தியாவைச் சூழ்ந்திருந்த நேரத்தில் இந்தியாவின் மூன்றாவது பொதுத் தேர்தல் அறிவிக்கப் பட்டது.

தமிழ்நாட்டில் 1962 பிப்ரவரி 21 ஆம் தேதி சட்டமன்றத் தேர்தலுக் கான வாக்குப்பதிவு நடக்குமென தேர்தல் ஆணையம் அறிவித்தது.

கடந்த 1957 தேர்தலோடு ஒப்பிட்டால் தமிழ்நாட்டில் பல சம்பவங்கள் நடந்திருந்தன. சென்னை மாகாணத்தில் செல்வாக்குப் பெற்றிருந்த ராஜாஜி சுதந்திரா கட்சியை உருவாக்கி காமராஜரைத் தோற்கடிக்கக் காத்திருந்தார்.

கடந்த சட்டமன்றத் தேர்தலில் 15 இடங்களில் மட்டும் வென்றிருந்த தி.மு.க., 1959 இல் நடந்த உள்ளாட்சித் தேர்தலில் சென்னை சட்ட மன்றத்தைக் கைப்பற்றியிருந்தது.

ஆனால் அதே நேரத்தில் கட்சி அப்போது தான் முதல் பிளவைச் சந்தித்திருந்தது. 1961ல் ஈ.வெ.கி சம்பத் தி.மு.கவை உடைத்து வெளியேறி இருந்தார். அவருடன் கண்ணதாசன், எம்.பி. சுப்பிர மணியன் உள்ளிட்டோரும் சென்றனர். புதிதாக தமிழ் தேசியக் கட்சி என்ற கட்சியை துவங்கியிருந்தார்.

இந்தத் தேர்தலின் போது சென்னை மாகாணச் சட்டப் பேரவை உறுப்பினர்களின் எண்ணிக்கை 206 ஆக இருந்தது. இதில் 168 தொகுதிகளை பொதுத் தொகுதியாக அறிவித்தனர் 38 தொகுதிகள் தனித் தொகுதிகள்.

இந்தத் தேர்தலில் இந்திய தேசிய காங்கிரஸ் தனித்தே போட்டி யிட்டது. காங்கிரசுக்கு ஆதரவாக திராவிடர் கழகத் தலைவர் பெரியாரும் அவரது இதழான விடுதலையும் களமிறங்கியிருந்தன.

தமிழ் தேசியத்தின் முகமாக காமராஜரை முன்னிறுத்தினார் பெரியார். 206 தொகுதிகளிலும் வேட்பாளர்களை நிறுத்தியது காங்கிரஸ்.

தி.மு.க.வைப் பொறுத்தமட்டில் கம்யூனிஸ்டுகளும், சுதந்திரா கட்சி யுடனும் கூட்டணி அமைக்க விரும்பியது. ஆனால் அது நடக்க வில்லை. முடிவில் தி.மு.க முஸ்லீம் லீகுடன் மட்டும் வெளிப்படை யாகக் கூட்டணி அமைத்தது.

சில இடங்களில் கம்யூனிஸ்ட் கட்சிக்கும் சில இடங்களில் சுதந்திரா கட்சிக்கும் ஆதரவளித்தது. முடிவாக 142 சட்டமன்றத் தொகுதி களில் மட்டுமே போட்டியிட்டது அக்கட்சி. சுதந்திரா கட்சி 94 இடங்களிலும், இந்திய கம்யூனிஸ்ட் கட்சி 68 இடங்களிலும் போட்டியிட்டன.

தி.மு.க விலிருந்து மனம் கசந்து வெளியேறியிருந்த ஈ.வெ.கே சம்பத்தின் தமிழ் தேசிய கட்சி 9 சட்டமன்றத் தொகுதிகளில் போட்டியிட்டது. முத்துராமலிங்கத் தேவரின் பார்வர்டு பிளாக் 6 சட்டமன்றத் தொகுதிகளில் போட்டியிட்டது.

ராஜாஜியின் சுதந்திரா கட்சியும், முத்துராமலிங்கத் தேவரின் பார்வர்ட் பிளாக் கட்சியும் கூட்டணி அமைந்திருந்தன.

ராஜாஜிக்கும் காமராஜரைப் பிடிக்காது. முத்துராமலிங்கத் தேவருக்கும் அவரைப் பிடிக்காது. அதன் அடிப்படையில் சேர்ந்த கூட்டணி அது.

தேர்தல் பிரச்சாரத்தின்போது ராஜாஜியும், முத்துராமலிங்கத்

தேவரும் இணைந்து கூட்ட மேடைகளில் பங்கேற்றனர். சி.பா.ஆதித்தனாரின் நாம் தமிழர் கட்சியும் களத்தில் இறங்கியது.

இந்தத் தேர்தலில் வெற்றி பெறுவோம் என்ற நம்பிக்கை காமராஜருக்கு இருந்தாலும் ஒரு விசயத்தில் மிகக் கவனமாக இருந்தார் காமராஜர். திராவிட நாடு கோரிக்கையை தொடர்ந்து எழுப்பி வந்த தி.மு.க. வளர்ந்து வருவதை எச்சரிக்கையுடன் கவனித்து வந்தார் அவர்.

ஆகவே கடந்த முறை தி.மு.க. வென்றிருந்த 15 தொகுதிகளிலும் அதனைத் தோற்கடிக்க விரும்பினார். பணபலமும், செல்வாக்கும் மிக்க நபர்கள் இந்த பதினைந்து பேரை எதிர்த்து நிறுத்தப்பட்டனர். கட்சியின் பொதுச் செயலாளர் சி.என். அண்ணாதுரைக்கு எதிராக மிகப்பெரிய பேருந்து கம்பெனி ஒன்றின் உரிமையாளரான எஸ்.வி. நடேச முதலியார் நிறுத்தப்பட்டார்.

தி.மு.க. வெளியிட்டிருந்த தேர்தல் அறிக்கையில், வரி குறைப்பு, சீர்திருத்த திருமணத்தை செல்லுபடியாக்கும் சட்டம், பேருந்துப் போக்குவரத்தை நாட்டுடமையாக்குவது, தமிழை ஆட்சி மொழி ஆக்குவது, விருப்பப் பாடம் என்ற பெயரில் கட்டாயமாக இந்தி திணிக்கப்படுவதை எதிர்ப்பது, தூத்துக்குடி துறைமுகத் திட்டம், கடல் நீரைக் குடிநீராக்கும் திட்டம், கட்டாய இலவசக்கல்வி, எல்லா நகரங்களிலும் பாதாளச் சாக்கடை போன்றவற்றை முன்னிறுத்தியது.

காங்கிரசைப் பொறுத்த வரையில் தனது பிரச்சாரத்தில், நெய்வேலி அனல்மின் நிலையத்தைக் கொண்டு வந்தது, பெரம்பூர் ரயில் பெட்டி தொழிற்சாலையைக் கொண்டு வந்தது ஆகியவற்றை சாதனைகளாக சொன்னது காங்கிரஸ்.

பெரியாரின் விடுதலை, தி.மு.கவைக் கண்ணீர்த் துளிகளாக வர்ணித்து, கடுமையாக விமர்சித்தது. 'எனக்கு வயதாகிவிட்டது. நான் அதிக நாள் இருக்க மாட்டேன். நான் போன பிறகு காமராஜர் தமிழர்களின் நலனைப் பாதுகாப்பார் அவர்தான் என் வாரிசு' என்றார் பெரியார்.

இதற்கு பதிலடி கொடுத்த திமுக 'வடநாட்டு ஆதிக்கம் வளர்ந் திருக்கிறது. அதனைக் கண்டிச்சி காமராசரால் முடியவில்லை. விருப்பமும் இல்லை. தென்னாடு தேய்கிறது. வாழ வைக்க காமராச ரால் முடியவில்லை. அப்படி இருக்கும்போது காங்கிரசை ஆதரிக்க லாமா? பெரியாரை கேட்க வேண்டாம். நீங்களே சிந்தித்துப் பாருங்கள்' என்றது திமுக.

இந்தத் தேர்தல் பிரச்சாரத்தில் சினிமா நட்சத்திரங்கள் பெரும் பங்கு வகித்தனர். எம்.ஜி.ஆரும், எஸ்.எஸ்.ஆரும், தி.மு.க.வுக்கு ஆதரவாக களமிரங்க, சிவாஜி கணேசன் தமிழ் தேசிய கட்சிக்காகப் பிரச்சாரம் செய்தார்.

தேர்தல் முடிவுகள் வெளிவந்த போது ஆச்சர்யம் காத்திருந்தது. மொத்தமுள்ள 206 இடங்களில் 139 இடங்களைப் பிடித்திருந்தது காங்கிரஸ்.

கடந்த தேர்தலோடு ஒப்பிட்டால் 12 இடங்கள் குறைவு. அதிர்ச்சிக்கு காரணம் அதுவல்ல. கடந்த தேர்தலில் 15 இடங்களையே பிடித் திருந்த தி.மு.க. இந்தத் தேர்தலில் 50 இடங்களைப் பிடித்திருந்தது. சுதந்திரா கட்சி 6 இடங்களிலும், பார்வர்டு பிளாக் மூன்று இடங்களையும், கம்யூனிஸ்டு கட்சி 2 இடங்களிலும், சோஷலிஸ்ட் கட்சி ஒரு இடத்திலும், சுயேட்சைகள் 5 இடங்களிலும் வெற்றி பெற்றனர்.

பல இடங்களில் காங்கிரசின் வாக்குகளை சுதந்திரா கட்சி பிடித்திருந்தது.

தி.மு.க.வின் சார்பில் 1957ல் வெற்றி பெற்றிருந்த 15 பேரில் சி.என். அண்ணாதுரை உட்பட 14 பேர் தோல்வியைத் தழுவினர். கடந்த முறை வெற்றி பெற்றவர்களில் மு.கருணாநிதி மட்டுமே இந்த முறையும் வெற்றி பெற்றிருந்தார்.

கடந்த தேர்தலில் வெற்றி பெற்ற தி.மு.கவினர் இந்த முறை வெற்றி பெறக் கூடாது என்ற காமராஜர் திட்டம் கிட்டத்தட்ட வெற்றியைப் பெற்றிருந்தது.

தனக்கு தோல்வி ஏற்படப் போவதை முன்பே உணர்ந்திருந்தார் அண்ணா. வாக்கு எண்ணும் தினத்தன்று எம்.ஜி.ஆரின் மனைவி சதானந்தவதி உயிரிழந்தார். எம்.ஜி.ஆருக்கு ஆறுதல் சொல்ல வந்த அண்ணா அங்கேயே நீண்ட நேரம் இருந்தார். ஓட்டு எண்ணும் நேரத்தில் நீங்க இங்கே இருக்கீங்களே ஏதாவது தப்பு நடந்துட்டா? என்று எம்.ஜி.ஆர் கேட்க இனிமே தப்பு நடப்பதற்கு ஒன்றுமே இல்லை என்றார் அண்ணா.

தி.மு.க பிரதான எதிர்க்கட்சியாக அந்தஸ்தைப் பெற்றிருந்தாலும் கட்சியின் பொதுச் செயலாளர் அண்ணாவின் தோல்வி அவர்களை நிலை குலைய வைத்தது. ஆனால் அண்ணா உற்சாகமாக பேசினார்.

'எப்படி எங்கள் 15 பேரையும் ஒழிப்போம் என்று கூறி 50 இடங்களை கோட்டை விட்டார்களோ, அதுபோல அடுத்த தேர்தலில் இன்னொரு 75 இடங்களை கோட்டை விடுவார்கள்' என்றார் அண்ணா. மக்களை மிரட்டியும், மயக்கியும் வாக்குகள் பறிக்கப் பட்டன. பணம் விளையாடியது எனக் குற்றம் சாட்டினார் அண்ணா.

வெற்றி பெற்ற காமராஜர் அமைத்த அமைச்சரவையில் அரையும் சேர்த்து ஒன்பது பேர் பெற்றிருந்தனர்.

நிதி அமைச்சராக பக்தவச்சலமும், வருவாய்த்துறை அமைச்சராக ஆர். வெங்கட்ராமனும், விவசாயத்துறை அமைச்சராக பூவராகனும் நியமிக்கப்பட்டனர்.

ஆனால் 'கே' பிளான் திட்டப்படி விரைவிலேயே காமராஜர் பதவி விலகிக் கொள்ள பக்தவச்சலம் முதல்வரானார். சட்டமன்றத் தேர்தலில் தோல்வியடைந்திருந்த அண்ணா மாநிலங்களவைக்குத் தேர்வானார்.

9. கக்கனும் காமராஜரும்

காமராஜரும் கக்கனும் ஏழையாக வந்தார்கள். ஏழையாகவே இருந்தார்கள். ஏழையாகவே இறந்தார்கள். பதவியையும், அதிகாரத்தையும் தம் சுயநலத்துக்காக பயன்படுத்தாமல் மக்களுக்காகவே வாழ்ந்து மறைந்தார்கள்.

கக்கன் அவர்களுக்கு அவருடைய சாதி, இனம் என்று பாராமல் மிகப் பெரும் பொறுப்புகளை எல்லாம் காமராஜர் அளித்து இருந்தார்.

கக்கனுக்குப் பிறகு அவரது இனத்தை சேர்ந்தவர்களுக்கெல்லாம் நிதி, உள்துறை, பொதுப் பணித்துறை, மக்கள் நல்வாழ்வுத்துறை, தொழில்துறை போன்ற முக்கியத் துறைகள் எந்த முதலமைச்சரின் அமைச்சரவையிலும் வழங்கப்படவில்லை.

கக்கன் காமராஜரின் நம்பிக்கைக்கு உரியவராக இருந்தார். இன்னொரு காமராஜராகவே திகழ்ந்தார்.

திரு. கக்கன் நாடாளுமன்ற உறுப்பினராக இருந்தபோதும் தன் மனைவி சொர்ணம் தொடக்கப்பள்ளி ஆசிரியையாகத் தொடர்ந்து பணியாற்றுவதையே விரும்பினார். வலிமைமிக்க அமைச்சராக அவர் வலம் வந்த போது, தன் மகள் கஸ்தூரிபாயை மாநகராட்சிப் பள்ளியில் தான் படிக்கச் செய்தார்.

தம் தம்பி விஸ்வநாதனுக்கு தாழ்த்தப்பட்டோர் நலத்துறை இயக்குநர், லயோலா கல்லூரிக்கு அருகில் உள்ள ஒரு கிரவுண்ட் மனையை ஒதுக்கீடு செய்து அரசாணையை அளித்த செய்தியறிந்த கக்கன் அந்த ஆணையை வாங்கி கிழித்தெறிந்தார்.

காமராஜரும், கக்கனும் ராமன் இலக்குவன் போல இதிகாச கதா பாத்திரங்களாக வாழ்ந்தார்கள்.

காமராஜரைப் பற்றிய நினைவலைகளாக ஒரு முறை கக்கன் எழுதி யிருந்த கட்டுரையில்:-

'மதுரையில் ராணி மங்கம்மாள் சத்திரத்தின் முன்பாகத்தான் நான் முதன் முதலில் பெரியவரைப் பார்த்தேன். திரு. வெங்கடாஜலபதி என்பவரைப் பார்ப்பதற்காக நானும் எனது நண்பரும் அந்தப் பக்கமாக நடந்து போய்க் கொண்டு இருந்த போது எதிரில் சற்றுத் தள்ளி பெரியவரும் அவரோடு இரண்டு மூன்று பேரும் வந்து கொண்டிருந்தனர்.

'இவர் தான் காமராஜர்' என்று கூறினார் என் நண்பர். காங்கிரஸ் ஊழியர்கள் எல்லாம் பெரியவரைப் பற்றி மிகவும் உணர்ச்சிவயப் பட்டு புகழ்ந்து பேசுவார்கள். ஊழியர்களுக்கு எல்லாம் அவர் ஒரு முன் மாதிரியாக இருப்பதாகச் சொல்வார்கள்.

ஆகையால் அவரைச் சந்தித்துப் பேச வேண்டும் என்ற ஆசையோடு இருந்தேன். ஆனால் அதற்கு வாய்ப்பு கிட்டாமல் இருந்தது. இப்போது பெரியவரே எதிரில் நடந்து வந்து கொண்டு இருக்கிறார்.

அவரிடம் வலியச் சென்று பேச எனக்குத் தயக்கமாக இருந்தது. மேலும் அவரோ தன் சகாக்களுடன் எதையோ தீவிரமாக விவாதித்துக் கொண்டு வந்தார். அறிமுகத்துக்கு இது ஏற்ற தருணம்

அல்ல' என்று எண்ணி பெரியவரை வைத்த கண் வாங்காமலேயே பார்த்தபடி நடந்து சென்று விட்டேன்.

இது நடந்த போது எனக்கு 27 வயது இருக்கும். 1936 என்று நினைக்கிறேன். மதுரையில் சேவாலயம் ஹாஸ்டலில் அப்போது நான் வார்டனாக இருக்கிறேன். ஹரிஜன மாணவர்களுக்காக ஹரிஜன சேவா சங்கம் இந்த ஹாஸ்டலை நடத்தி வருகிறது.

பள்ளிக்கூடத்தில் படிக்கும்போதே நான் காங்கிரஸ் கட்சியில் நாலணா மெம்பர். ஆனால் கட்சி வேலைகளில் ஈடுபட்டது இல்லை. எஸ்.எஸ்.எல்.சி வரைக்கும் படித்தேன். மேற்கொண்டு படிக்க வசதி இல்லாததால் இந்த ஹாஸ்டலுக்கு வார்டனாக வந்து சேர்ந்தேன்.

1942 போராட்டத்தில் கலந்து கொண்டு சிறைக்கு போய் ஒன்றரை வருடம் ஜெயில் வாசம் முடித்து விட்டு மறுபடியும் மேலூருக்கு வந்து ஹாஸ்டல் பொறுப்பை ஏற்றுக் கொண்டேன்.

இந்தச் சமயத்தில் தான் பெரியாருக்கும், ராஜாஜி அவர்களுக்கும் கருத்து வேறுபாடுகள் ஏற்பட்டு இருந்தன.

பெரியவரோ ஊழியர்கள் மத்தியில் செல்வாக்கு பெற்ற ஊழியராக இருந்தார். காங்கிரஸ் கட்சியில் நானும் ஒரு ஊழியன். அதனால் ஒரு ஊழியரின் ஆதரவு மற்றோர் ஊழியருக்குத்தான் இருக்க வேண்டும் என்ற எண்ணம் எனக்கு அசைக்க முடியாமல் ஏற்பட்டு விட்டது.

பெரியவரை 1945ல் திருப்பரங்குன்றத்தில் காங்கிரஸ் ஊழியர் மாநாட்டில் தான் முதன் முதலில் சந்தித்துப் பேசினேன். முதல் சந்திப்பிலேயே பெரியவர் எனக்கு ஓர் ஊழியராகத்தான் தோன்றினார்.

மகாத்மா காந்தி 1934ல் மதுரை வந்தபோது அவருக்கு தொண்டாற்றும் வாய்ப்பு கக்கனுக்கு வந்து சேர்ந்தது. காங்கிரஸ் நடத்திய போராட்டங்களில் தீவிரமாகப் பங்கேற்ற கக்கன் 1942 ஆகஸ்ட் புரட்சியின்போது மேலூர் காவல் நிலையத்தில் சிறை வைக்கப்பட்டார்.

அவர் மனைவி முன்னிலையில் 5 நாட்கள் கசையடி கொடுத்து சக தோழர்களை காட்டிக் கொடுக்கச் சொன்னபோது கடைசி அடி வரை அடி வாங்கினாரே தவிர காட்டிக் கொடுக்கவில்லை.

சுயநினைவு இழந்தவரை குதிரை வண்டியில் பாதம் வைக்கும் இடத்தில் கிடத்தி தலையும், கால்களும் தொங்கிய நிலையில் இழுத்துச் சென்றனர்.

தமிழக அரசியல் களத்தில் 10 ஆண்டுகள் தொடர்ந்து அமைச்சராக இருந்த கக்கன் பொதுப்பணி, உள்துறை, விவசாயம், உணவு, மதுவிலக்கு, அரசின் நலம் அறநிலையத்துறை போன்ற பல்வேறு இலாகாக்களை நிர்வகித்தார்.

கக்கன் அமைச்சராகப் பொறுப்பேற்ற காலத்தில் மேட்டூர், வைகை அணைகள் கட்டப்பட்டன. மதுரை வேளாண்மைக் கல்லூரியைக் கொண்டு வந்தார்.

மதுரை மருத்துவமனையில் சேர்க்கப்பட்டு சாதாரண வகுப்பில் அவர் சிகிச்சை பெற்ற போது மதுரை முத்துவை நலம் விசாரிக்க வந்த முதல்வர் எம்.ஜி.ஆர் காளிமுத்து மூலம் செய்தியறிந்து கக்கனைப் போய்ப் பார்த்து அதிர்ந்து போனார். உடம்பில் ஒரு துண்டு மட்டும் போர்த்திக் கொண்டு முக்கால் நிர்வாண நிலையில் இருந்த கக்கனைக் கண்டு கலங்கி நின்ற எம்.ஜி.ஆர், சிறப்பு வார்டுக்கு மாற்ற உத்தரவிட்டபோது 'வேண்டாம்' என மறுத்து விட்டார்.

உங்களுக்கு நான் என்ன உதவி செய்ய வேண்டும் என்ற கேட்ட எம்.ஜி.ஆரிடம் நீங்கள் பார்க்க வந்ததே மகிழ்ச்சி என்று கை கூப்பினார்.

கடைசி காலத்தில் வறுமையில் வாடியது கண்டு திரு.பழ.நெடு மாறன், மதுரையில் நிதி திரட்டி தந்த நிதியை நிலையான வைப்புத் தொகையில் போட்டு வட்டியில் வாழ்க்கை நடத்துங்கள் என்று யோசனை சொல்கிறார்கள்.

மறுத்து விட்டு முன்பு தேர்தலின் போது நாவினிப்பட்டி மைனர் தந்த பணம் 1100 யை திருப்பிக் கொடுக்கிறார். அவர் நான் கேட்க

வில்லை. கடனாக தரவில்லை என மறுத்த போதும் அந்த பணத்தை திருப்பித் தந்து விடுகிறார். இப்படிப்பட்ட ஒரு அமைச்சரை உலகின் எந்த நாட்டிலும் பார்க்க முடியாது.

இறுதி வரை ஏழ்மையிலேயே வாடிய கக்கன் நோய்வாய்ப் பட்டபோது உயர்ரக சிகிக்சைகள் எடுத்துக் கொள்ள வசதியின்றி சென்னை அரசு மருத்துவமனையில் சேர்க்கப்பட்டார்.

நினைவிழந்த நிலையில் இரு மாதங்கள் இருந்த அவர் 1981 டிசம்பர் 23 ஆம் நாள் உலக வாழ்வை நீத்தார்.

எளிமையின் வடிவமாக நேர்மையின் விளக்கமாக நம்மிடையே வாழ்ந்து மறைந்த கக்கன் உடல் கண்ணம்மா பேட்டையில் டிசம்பர் 24, 1981 அன்று எரியூட்டப்பட்டது.

10. மாண்புமிக்க காமராஜரின் வாழ்க்கை சிறப்புகள்!

இரண்டு முறை பிரதமர் ஆக வாய்ப்பு வந்தபோதும் அதை நிராகரித்து லால்பகதூர் சாஸ்திரி, இந்திராகாந்தி ஆகியோரை பிரதமர் ஆக்கினார் காமராஜர் கிங் மேக்கர் என்ற பட்டத்தை மட்டும் தக்க வைத்துக் கொண்டார்.

பந்தாக்களை வெறுத்தவர். முதல் தடவை சைரன் ஒலியுடன் அவருக்கான பாதுகாப்பு கார் புறப்பட்டபோது அவர் தடுத்தார். நான் உயிரோடுதானே இருக்கேன். அதுக்குள்ளே ஏன் சங்கு ஊதுறீங்க என்று கமெண்ட் அடித்தார்.

சுற்றுப் பயணத்தின் போது தொண்டர்கள் அன்பளிப்பு கொடுத்தால் கஷ்டப்படுற தியாகிக்கு கொடுங்க என்று வாங்க மறுப்பார்.

மாதம் 30 நாளும் கத்திரிக்காய் சாம்பார் வைத்தாலும் மனம் கோணாமல் சாப்பிடுவார். என்றைக்காவது ஒரு முட்டை வைத்து சாப்பிட்டால் அது மாயா பஜார் விருந்து மாதிரி.

கட்சி சுற்றுப் பயணத்தின் போது எல்லோரும் சாப்பிட்ட பிறகு தான்

காமராஜர் சாப்பிடுவார். காமராஜர் ஒரு தடவை ஒருவரை பார்த்து விட்டால் போதும் எத்தனை ஆண்டுகள் கழித்துப் பார்த்தாலும் மிகச் சரியாக சொல்வார். அந்த அளவுக்கு அவரிடம் ஞாபக சக்தி மிகுந்திருந்தது.

காமராஜரின் ஆட்சி இந்தியாவின் மற்ற மாநிலங்களுக்கு முன்னோடியாய் இருக்கிறது என்று முன்னாள் குடியரசுத் தலைவர் பாபு ராஜேந்திர பிரசாத் சொல்லி இருக்கிறார்.

தமிழ்நாட்டில் காமராஜரின் காலடி தடம் படாத கிராமமே இல்லை என்று சொல்லும் அளவுக்கு அவர் எல்லா கிராமங்களுக்கும் சென்றுள்ளார். இதனால்தான் தமிழ்நாட்டின் பூகோளம் அவருக்கும் அத்துபடியாக இருந்தது.

காமராஜர் திட்டத்தின் கீழ் (K PLAN) காமராஜரே முதன் முதலாக தாமாக முன் வந்து 2.10.1963 இல் முதல் அமைச்சர் பதவியை ராஜினாமா செய்தார்.

ஒன்பது ஆண்டுகள் முதல் மந்திரியாக இருந்த காமராஜர் சட்டசபை யில் 6 தடவைதான் நீண்ட பதில் உரை ஆற்றியுள்ளார்.

காங்கிரஸ் கட்சியை மிக மிக கடுமையாக எதிர்த்து வந்தவர் இராம சாமி படையாச்சி. அவரையும் காமராஜர் தன் மந்திரி சபையில் சேர்த்துக் கொண்டபோது எல்லோரும் ஆச்சரியப்பட்டனர்.

தவறு என்று தெரிந்தால் அதை தட்டி கேட்க காமராஜர் ஒரு போதும் தயங்கியதே இல்லை. மகாத்மா காந்தி, தீரர் சத்திய மூர்த்தி உள்பட பலர் காமராஜரின் இந்த துணிச்சலால் தங்கள் முடிவை மாற்றியது குறிப்பிடத்தக்கது.

காமராஜர் எப்போதும் முக்கால் கை வைத்த கதர்ச்சட்டையும், 4 முழ வேட்டியையும் அணிவதையே விரும்பினார்.

காமராஜர் மணிபர்சோ, பேனாவோ ஒரு போதும் வைத்துக் கொண்டதில்லை. ஏதாவது கோப்புகளில் கையெழுத்து போட வேண்டும் என்றால் அருகில் இருக்கும் அதிகாரியிடம் பேனா வாங்கி கையெழுத்திடுவார்.

பெருந்தலைவர் காமராஜரின் கல்விப்புரட்சியால் 1954ல் 18 லட்சம் சிறுவர்கள் மட்டுமே படித்துக் கொண்டிருந்த நிலை மாறி 1961ல் 34 லட்சம் சிறுவர்கள் படிக்கும் நிலை ஏற்பட்டது.

1960 ஆம் ஆண்டு முதல் 11வது வகுப்பு வரை ஏழைப் பிள்ளைகள் அனைவருக்கும் இலவசக் கல்வி அளிக்க உத்தரவு இட்டு அதை செயல்படுத்தி காட்டி இந்தியாவை தமிழ்நாட்டு பக்கம் திரும்பிப் பார்க்க வைத்தார்.

கஷ்டப்பட்ட மாணவர்களுக்கும், படிக்கும் மாணவ மாணவிகளுக்கும் இலவச ஸ்காலர்ஷிப் பணமும் பெருந்தலைவர் காமராஜர் ஆட்சியில்தான் ஏற்படுத்தப்பட்டது.

காமராஜர் தனது ஆட்சியில் ஒவ்வொரு பெரிய கிராமத்திலும் பிரசவ விடுதிகள் ஆஸ்பத்திரிகள் திறந்து வைத்து சாதனை படைத்தார்.

காமராஜர் ஆட்சியில் தான் 60 வயது முதியவர்களுக்கும் பென்ஷன் திட்டம் கொண்டு வரப்பட்டது.

கேரள மாநிலத்துடன் இணைக்கப்பட்டிருந்த நாகர்கோயில், செங்கோட்டை சென்னையில் ஒரு பகுதியையும் தமிழ்நாட்டுடன் இணைத்த பெருமை காமராஜரையே சாரும்.

காமராஜரின் மறைவு கேட்டு பிரிட்டிங் அரசாங்கமே இரங்கல் செய்தி பிரதமர் இந்திராகாந்திக்கு அனுப்பி வைத்திருந்தது. அதில் காமராஜரின் தியாகமும் தேசத் தொண்டும், ஏழை மக்களின் வாழ்க்கை தரத்தை உயர்த்த அவர் பாடுபட்டு வந்ததும் நினைவு கூறப்பட்டிருந்தது.

நேரு, சர்தார் படேல், சாஸ்திரி உள்ளிட்ட மாநில தலைவர்களுடன் பேசும் போது மிக மிக அழகான ஆங்கிலத்தில் காமராஜர் பேசுவதைக் கேட்டு பலரும் ஆச்சரியத்தில் வாயடைத்து போய் இருக்கிறார்கள்.

காமராஜருக்கு கோபம் வந்துவிட்டால் அவ்வளவுதான் திட்டித் தீர்த்து விடுவார். ஆனால் அந்த கோபம் மறுநிமிடமே பனிகட்டி போல கரைந்து மறைந்து விடும்.

காமராஜர் தன் ஆட்சிக்காலத்தில் உயர்கல்விக்காக ரூ.175 கோடி செலவழித்தார். அது இந்தக் காலத்தில் மிகப் பெரிய தொகை யாகும்.

தனது பாட்டி இறுதிச் சடங்கில் கலந்து கொண்ட காமராஜர் தோளில் துண்டு போடப்பட்டது. அன்று முதல் காமராஜர் தன் தோளில் துண்டை போட்டுக் கொள்ளும் பழக்கத்தை ஏற்படுத்திக் கொண்டார்.

காமராஜருக்கு மலர் மாலைகள் என்றால் அலர்ஜி. எனவே கழுத்தில் போட விடாமல் கையிலேயே வாங்கிக் கொள்வார்.

கதர் துண்டுகள் அணிவித்தால் மிக மிக மகிழ்ச்சியுடன் காமராஜர் ஏற்றுக் கொள்வார். ஏனெனில் அந்த கதர் துண்டுகள் அனைத்தையும் பால மந்திர் என்ற ஆதரவற்றோர் இல்லத்துக்கு கொடுத்து விடுவார்.

பிறந்த நாளன்று யாராவது அன்பு மிகுதியால் பெரிய கேக் கொண்டு வந்து வெட்டச் சொன்னால் என்னய்யா இது என்று கொஞ்சம் வெட்கத்துடன் கேக் வெட்டுவார்.

பெருந்தலைவரை எல்லோரும் காமராஜர் என்று அழைத்து வந்த நிலையில் தந்தை பெரியார் தான் மேடைகள் தோறும் காமராசர் என்று நல்ல தமிழில் அழைக்க வைத்தார்.

காமராஜர் எப்போதும் ஒரு பீங்கான் தட்டில் தான் மதிய உணவு சாப்பிடுவார். கடைசி வரை அவர் அந்த தட்டையே பயன்படுத்தி னார்.

காமராஜர் தினமும் இரண்டு அல்லது மூன்று தடவை குளிப்பார். அவருக்கு பச்சைத் தண்ணீரில் குளிப்பது என்றால் மிகவும் பிடிக்கும். குளித்து முடித்ததும் சலவை செய்த சட்டையையே போட்டுக் கொள்வார்.

காமராஜரின் எளிமை நேருவால் போற்றப்பட்டிருக்கிறது. 'எனக்குத் தெரிந்து இவருடைய சட்டைப் பையில் பணம் இருந்ததில்லை' என்று நேரு குறிப்பிட்டதுண்டு.

காமராஜர் நாளிதழ்களை படிக்கும் போது எந்த ஊரில் என்ன பிரச்சனை உள்ளது என்பதை உன்னிப்பாக படிப்பார். பிறகு அந்த ஊர்களுக்குச் செல்ல நேரிடும்போது அந்த பிரச்சனை பற்றி மக்களுடன் விவாதிப்பார்.

காமராஜர் ஒரு தடவை தன் பிரத்யோக பெட்டிக்குள் இன்சைடு ஆப்பிரிக்கா, என்ட்ஸ் அண்ட் மீன்ஸ், டைம், நியுஸ் வீக் ஆகிய ஆங்கில இதழ்கள் வைத்திருப்பது கண்டு எழுத்தாளர் சாவி ஆச்சரியப்பட்டார்.

காமராஜருக்கு மக்களுடன் பேசவது என்றால் கொள்ளைப்பிரியம் உண்டு. தன்னைத் தேடி எத்தனை பேர் வந்தாலும் அவர்கள் எல்லோரையும் அழைத்து பேசிவிட்டுத் தான் தூங்கச் செல்வார்.

வட இந்திய மக்கள் காமராஜரை 'காலா காந்தி' என்று அன்போடு அழைத்தார்கள். காலா காந்தி என்றால் கருப்பு காந்தி என்று அர்த்தம்.

சட்டசபையில் சமர்ப்பிக்கப்படும் வரவு செலவுத் திட்டத்தை முதன் முதலில் தமிழில் சமர்ப்பித்த பெருமை காமராஜரையே சேரும்.

காமராஜர் 1920 ஆம் ஆண்டு இந்திய தேசிய காங்கிரஸ் உறுப்பின ரானார்.

1953ல் நேருவிடம் தமக்கு இருந்த நட்பை பயன்படுத்தி நாடாளு மன்றத்தில் பிறப்படுத்தப்பட்ட மக்களுக்காக முதல் சட்டத்திருத்தம் கொண்டு வந்தவர் பெருந்தலைவர் காமராஜர் என்பது குறிப்பிடத் தக்கது.

12 ஆண்டுகள் காமராஜர் தமிழ்நாடு காங்கிரஸ் கமிட்டித் தலைவராக இருந்து தமிழ்நாட்டில் காங்கிரஸ் வேரூன்றவும், காங்கிரஸ் ஆட்சி ஏற்படவும் பாடுபட்டார்.

காமராஜர் அகில இந்திய காங்கிரஸ் கமிட்டியின் தலைவராக சுமார் 2 ஆண்டு காலம் பதவி வகித்து இந்தியாவிலுள்ள எல்லா மாநிலங் களுக்கும் சுற்றுப்பயணம் செய்து காங்கிரஸ் கட்சி வளர்ச்சிக்கு அரும்பாடுபட்டவர்.

காமராஜர் புகழ் இந்தியா மட்டுமல்ல உலகமெங்கும் பரவியது. அமெரிக்காவும் ரஷ்யாவும் அவரைத் தங்கள் நாடுகளுக்கு அரசு விருந்தாளியாக வர வேண்டும் என்று வேண்டுகோள் விடுத்தன.

காமராஜர் 1960 ஆம் ஆண்டு சோவியத் நாட்டுக்குச் சென்றார். கிழக்கு ஜெர்மனி, ஹங்கேரி, செக்கோஸ் லோவாகியா, யூகோஸ்லேவியா, பல்கேரியா போன்ற ஐரோப்பிய நாடுகளுக்கும் சென்று வந்திருக்கிறார்.

தமிழ்நாடு சட்டப் பேரவையில் பெருந்தலைவர் காமராஜரின் திருவுருவப்படம் அப்போதைய குடியரசு தலைவர் என்.சஞ்சீவ் ரெட்டியால் 1977 ஆம் ஆண்டு திறந்து வைக்கப்பட்டது.

டெல்லியில் காமராஜரின் திருஉருவச்சிலை அமைக்கப்பட்டது. சென்னையில் பிரசித்தி பெற்ற மெரினா கடற்கரைச் சாலை காமராஜர் சாலை என்று தமிழக அரசால் பெயர் மாற்றம் செய்யப் பட்டது.

தமிழக அரசு வாங்கிய கப்பலுக்கு தமிழ் காமராஜர் என்று பெயரிடப்பட்டுள்ளது. சென்னை கிண்டியில் காமராஜர் நினை வாலயம் அமைக்கப்பட்டுள்ளது.

மதுரைப் பல்கலைக் கழகத்திற்கு மதுரை காமராஜர் பல்கலைக் கழகம் என்று பெயரிடப்பட்டு விருதுநகரில் காமராஜர் பிறந்த இல்லத்தை அவரது நினைவுச் சின்னமாக தமிழக அரசு மாற்றியது.

தன்னைப் பாராட்டி யாராவது அதிகம் பேசினால் கொஞ்சம் நிறுத்துன்னேன் என்று சட்டையை பிடித்து இழுப்பார். அடுத்த கட்சியை மோசமாக பேசினால் 'அதுக்கா இந்தக் கூட்டம்னேன்' என்றும் தடுப்பார்.

காமராஜருக்கு தினமும் புத்தகம் படிக்கிற பழக்கம் உண்டு. ஏதாவது ஒரு புத்தகத்தை படித்த பின்பே உறங்கச் செல்வார்.

பணியாளர்களை மதிக்கும் பண்பு இருந்தது. காமராஜரிடம் தம்முடைய கருணை மனம் காரணமாகவே ஏழைகள் மனதில் இன்றளவும் நிலைத்து நிற்கிறார் காமராஜர்.

காமராஜர் ஒன்பது ஆண்டுகள் ஆட்சி செய்தார். ஆனால் ஒரு முறை கூட அவர் ஆட்சி மீது ஊழல் புகார்கள் எழவில்லை. கறைபடாத கரங்களுக்கு சொந்தக்காரர் அவர்.

காமராஜர் மக்களுக்காகத் தீட்டிய ஒவ்வொரு திட்டமும் ஒரு மகத்தான குறிக்கோளாக இருந்தது.

சொல்லும் செயலும் ஒன்றாக இல்லாவிட்டால் அவருக்கு கோபம் வந்துவிடும். உண்மை இல்லாதவர்களை பக்கத்தில் சேர்க்க மாட்டார்.

அரசுக் கோப்புகளை மிகவும் கவனமாக படிப்பார். தேவைப் பட்டால் அவற்றில் திருத்தங்கள் செய்யத் தயங்குவதில்லை.

மாநிலத்தில் எங்கே எந்த ஆறு ஓடுகிறது? எந்த ஊரில் எந்த தொழில் நடக்கிறது? எந்த ஊரில் யார் முக்கியமானவர் என்பதெல்லாம் அவருக்குத் தெரியும்.

எல்லாத் தகவல்களையும் காமராஜர் விரல் நுனியில் வைத்திருந்தார். ஆனால் எல்லாம் எனக்குத் தெரியும் என்ற மனோபாவம் ஒரு போதும் அவரிடம் இருந்ததில்லை.

ஆடம்பரம், புகழ்ச்சி, விளம்பரம் எல்லாம் அறவே அவருக்கு பிடிக்காது.

சொற்களை வீணாகச் செலவழிக்க மாட்டார். ரொம்பச் சுருக்க மாகத் தான் எதையும் சொல்வார். அனாவசியப் பேச்சைப் போலவே அனாவசிய செலவையும் அவர் அனுமதிக்க மாட்டார்.

சராசரிக் குடிமகனும் அவரை எந்த நேரத்திலும் சந்திக்க முடியும். யார் வேண்டுமானாலும் அவரிடம் நேரில் சென்று விண்ணப்பங் களைக் கொடுக்க முடிந்தது.

காமராஜர் எதிர்க்கட்சிகளின் கருத்துக்களுக்கு எப்போதும் மதிப்பளிப்பவர். அவர் எதையும் மேம் போக்காகப் பார்ப்பதில்லை.

அவர் ஆகட்டும் பார்க்கலாம் என்றாலே காரியம் முடிந்து விட்டது என்று அர்த்தம். தன்னால் முடியாவிட்டால் முடியாது போ என்று

முகத்துக்கு நேராகவே சொல்லி அனுப்பி விடுவார்.

வெற்றியைப் போலவே தோல்வியையும் இயல்பாக எடுத்துக் கொள்கிற மனப் பக்குவம் கொண்டவர் காமராஜர்.

மக்களுக்கு நன்மை செய்யக் கூடிய திட்டங்களை சட்ட விசயங் களைக் காட்டி கிடப்பில் போடுவதையோ, தவிர்ப்பதையோ அவரால் பொறுத்துக் கொள்ள முடியாது.

ஆட்சியில் இல்லாதவர்களின் குறுக்கீட்டை அவர் ஒரு போதும் அனுமதித்தது கிடையாது. சிபாரிசுகளை அவர் தூக்கி எறிந்து விடுவார்.

காமராஜரிடம் அனுபவம் இருந்தது. தீர்க்கமான அரசியல் நோக்கு தன்னலமற்ற தன்மை மக்களுக்கு சேவை செய்கிற ஆசை இருந்தது.

1947க்கு முன்பு காமராஜர் சென்னைக்கு வந்தால் ரிப்பன் மாளிகைக்கு எதிரில் ரயில்வே பாதையை ஒட்டியுள்ள ஓட்டல் எவரெஸ்டில் தான் தங்குவது வழக்கம். ஒரு நாளைக்கு இரண்டு ரூபாய்தான் வாடகை.

காமராஜர் தனது ஆடைகளைத் தானே வைத்துக் கொள்வார். பாரதி பக்தர் காமராஜர். எப்போதும் தன்னோடு பாரதியார் கவிதைகளை வைத்திருப்பார்.

காமராஜர் ரஷ்யப் பயணத்தின் போது மாஸ்கோ வரவேற்பில் காமராஜர், பாரதியின் ஆகா வென்றெழுந்து பார் யுகப் புரட்சி என்ற பாடலைப் பாடி ரஷ்ய மக்களின் பாராட்டுப் பெற்றார்.

பிரிட்டிஷ் இளவரசியும் அவரது கணவன் பெடின்பரோ கோமகனும் சென்னைக்கு வந்திருந்த போது காமராஜர் தமிழகத்தின் முதல் அமைச்சர் அவர்களோடு ஆங்கிலத்தில் பேசி ஆச்சர்யப்படுத்தினார்.

காமராஜர் ஆட்சியில் தமிழ்நாட்டில் சுமார் 33000 ஏரி குளங்களை சீர்படுத்த சுமார் ரூ.28 கோடி செலவிடப்பட்டது.

காமராஜரால் அறிமுகப்படுத்தப்பட்ட இலவச கல்வி முதன் முதலாக திருச்செந்தூரில் ஆரம்பிக்கப்பட்டது.

பயிற்சி டாக்டர்களுக்கு முதன் முதலாக உதவித்தொகை வழங்கியது காமராஜர் ஆட்சியில் தான்.

காமராஜர் என்றுமே பண்டிகை நாட்களை கொண்டாடியதும் இல்லை. அந்நாட்களில் ஊருக்குப் போவதுமில்லை.

காமராஜருக்கு சாதம், சாம்பார், ரசம், தயிர், ஒரு பொறியல் அல்லது கீரை இவ்வளவுதான் சாப்பாடு. காரமில்லாததாக இருக்க வேண்டும். இரவில் ஒரு கப் பால், இரண்டு இட்லி, காஞ்சிபுரம் இட்லி என்றால் விரும்பி சாப்பிடுவார்.

காமராஜரின் முக பாவத்தில் இருந்து எளிதில் யாரும் எதையும் ஊகித்து விட முடியாது. எந்தவொரு வேண்டுகோளுக்கும் யோசிக்கலாம், ஆகட்டும் பார்க்கலாம் என்ற சிறுவார்த்தைதான் அவரிடமிருந்து வெளிப்படும்.

காமராஜர் விருதுநகரில் இருந்து சென்னைக்கு கொண்டு வந்த ஒரே சொத்து ஒரு சிறிய இரும்பு டிரங்க் பெட்டிதான்.

காமராஜரின் சகோதரி மகன் 1962ல் எம்.பி.பி.எஸ்.சீட் கேட்டு சிபாரிசு செய்யக் கூறினார். ஆனால் காமராஜர் மார்க் இருந்தா சீட் கொடுக்கிறாங்க. எனத் திருப்பி அனுப்பி விட்டார். அவர் 2 வருடம் கழித்தே எம்.பி.பி.எஸ்ஸில் சேர்ந்தார்.

1961 ஆம் வருடம் அக்டோபர் மாதம் 9 ஆம் தேதி காமராஜரின் உருவச் சிலையை நேரு திறந்து வைத்தார். இந்த விழாவில் காமராஜரும் கலந்து கொண்டார்.

பெருந்தலைவர் காமராஜர் எவரையும் மனம் நோகும்படி பேச மாட்டார். அரசியல் காழ்ப்புணர்சசி எதுவும் கருதாமல் நட்பு முறையுடன் மகிழ்ச்சியோடு பேசுவார்.

1947 ஆம் ஆண்டு அரசியல் சட்டத்தை தயாரித்த அரசியல் நிர்ணய சபையில் தலைவர் காமராஜர் அவர்களும் ஒருவராக இருந்தார் என்ற செய்தி பலருக்கும் தெரியாது.

காமராஜர் ஆட்சிக் காலத்தில் மின்சாரம் வழங்குவதில் இந்தியாவி லேயே தமிழகமே முதலிடம் வகித்தது. விவசாயத்திற்கு மின்சாரம்

பயன்படுத்துவதில் தமிழகமே முதல் மாநிலமாக காமராஜர் ஆட்சியில் திகழ்ந்தது.

இந்திய மொழிகளிலேயே முதன் முதலாக தமிழ்மொழியில் தான் கலைக்களஞ்சியம் காமராஜர் ஆட்சிக் காலத்தில்தான் உருவாக்கப்பட்டது.

பெருந்தலைவர் காமராஜருக்கு பாரத ரத்னா எனும் பட்டத்தை இந்திய அரசு அளித்து பெருமைப்படுத்தியது.

காமராஜர் பொதுக்கூட்டங்களில் பேசுவதற்காக எதுவும் குறிப்புகள் எடுத்துக் கொள்வதில்லை. எதையும் நினைவில் வைத்துக் கொண்டு அவற்றை மிக எளிமையாகப் பேசுவார்.

காமராஜர் வெளிநாடு சுற்றுப்பயணம் செய்தபோது அனைவரது பார்வையும் காமராஜர் பக்கம் தான் இருந்தது. காரணம் நாலு முழ கதர் வேட்டி, முக்கால் கை கதர்சட்டை, தோளில் கதர் துண்டு இதுதான்.

ஆழியாறு திட்டம் முடியாதென்று பலர் கூறிய போதிலும் முடித்துக் காட்டினார் பெருந்தலைவர் காமராஜர்.

காமராஜர் விரும்பி படித்த ஆங்கில புத்தகம் பேராசிரியர் ஹாரால் லாஸ்கி என்பவர் எழுதிய அரசியலுக்கு இலக்கணம் (Gramman Of Polities) படித்து அனைவரையும் வியக்க வைத்தார்.

முதல்வர் ஜெயலலிதா தமிழ்நாடு அரசு சார்பில் காமராஜர் நூற்றாண்டு விழா எடுத்து சிறப்பித்தார்.

பெருந்தலைவர் காமராஜரின் முதலாம் ஆண்டு நினைவு நாளன்று 15.7.1976ல் இந்திய அரசு 25 காசு தபால் தலையை வெளியிட்டது.

11. காந்தியும் காமராஜரும்

காந்தியின் பிறந்த தினத்தன்று காமராஜர் இறந்தது எதிர் பாராமல் நிகழ்ந்தாக இருந்தாலும் இதன் மூலம் வரலாறு அவர்கள் இருவரின் பிணைப்பை நமக்கு உணர்த்துகிறது.

காந்தியக் கொள்கைகளை தனது இறுதி மூச்சுவரை இறுகப் பிடித்து வாழ்ந்தவர் காமராஜர். எளிமையாகச் சொல்ல வேண்டுமானால் காந்தியத்தின் கடைசித் தூண்களுள் ஒன்று சாய்ந்து விட்டது என காமராஜரின் மறைவை விவரிக்க முடியும்.

தமிழக அரசியலிலும் தேசிய அரசியலிலும் செல்வாக்கு மிக்க அரசியல் தலைவராக விளங்கிய காமராஜர் நேர்மை எளிமை தூய்மை ஆகியவற்றைத் தாரகமந்திரமாகப் பின்பற்றினார்.

இவற்றையெல்லாம் வலியுறுத்திய காந்தியின் கொள்கைகளைப் பின்பற்றி அவர் பிறந்த நாளில் மறைந்து அவரோடு இரண்டறக் கலந்து விட்டார்.

காந்தி வழியில் வாழ்ந்து காந்தியத்தின் உன்னதத்தை உணர்ந்து வாழ்ந்ததால் அவர் தென்னாட்டு காந்தி என்று அழைக்கப்பட்டார்.

16 வயதில் தந்தையை இழந்த காந்தி தாய் புத்திலி பாயின் அரவணைப்பில் வளர்கிறார். வழக்கறிஞர் படிப்பிற்காக இங்கிலாந் திற்கு சென்ற போதும் கூட தன் தாயாருக்கு அளித்த சத்தியத்தின் படி வாழ்நாள் முழுக்க தனிமனித ஒழுக்கத்தை கடைப்பிடித்தார். காமராஜரும் தனது ஆறு வயதில் தந்தை குமாரசாமியை இழக் கிறார். தாயார் சிவகாமி அம்மையாரின் அன்பில் வளர்ந்தார்.

பிரிட்டிஷ் அரசாங்கம் கொண்டு வந்த உப்பு சட்டத்தை எதிர்த்து 1930 ஆம் ஆண்டு உப்பு சத்தியாகிரகத்தை நடத்தினார் காந்தி. தமிழ்நாட்டில் திருச்சி முதல் வேதாரண்யம் வரை நடந்து சென்ற அந்த போராட்டத்தில் காமராஜரும் கலந்து கொண்டு கைதானார். இரண்டு வருட சிறை, காமராஜரின் முதல் சிறை வாசத்துக்கும் பொது வாழ்க்கைக்கும் தெரிந்தோ, தெரியாமலோ பிள்ளையார் சுழி போட்டவர் காந்தி.

அதிகப் படியான உணவு நோயைக் கொண்டு வரும் என்று நம்பிய காந்தி வாரம் ஒருநாள் உண்ணாநோன்பினை கடைப்பிடித்து வந்தார். காமராஜரும் அப்படித்தான். உணவில் பெரிய அளவில் ஆர்வம் காட்டாதவர். சைவ உணவுப்பிரியர்.

அப்போது சுதந்திர இந்தியா இயக்கத்தை முன்னெடுக்கும் வகையில் மதுரைக்கு காந்தி வருகை புரிந்தார். அப்போது தான் காமராஜர் காந்தி இடையிலான முதல் சந்திப்பு நடைபெற்றது. அப்போது காமராஜர் காங்கிரஸில் சேர்ந்து இரண்டு ஆண்டுகள் ஆகியிருந்தன.

நேர்மையுடன் சத்திய நெறிகளை பிறழாமல் பொதுவாழ்க்கையில் ஒளிவுமறைவின்றி வாழ்ந்தவர் காந்தி. தனக்கென பெரிதாக எதையும் சேர்த்துக் கொள்ள விரும்பாதவர். காந்திய வாதியான காமராஜரும் அப்படித்தான்.

பொது வாழ்வில் நேர்மையாகவும் எளிய வாழ்க்கையும் சத்தியத்தை யும் காத்து வாழ்ந்தவர் காமராஜர். இருவருக்குமே பதவி ஆசை என்பது இருந்ததில்லை. எந்த பதவியையும் தேடிச் சென்றதுமில்லை.

அதனால் தான் காமராஜர் தென்னாட்டு காந்தி என அழைக்கப்படு கிறார்.

தன்னைத் தானே தூய்மைப்படுத்திக் கொள்பவனும், சுயமாகத் தியாகம் செய்யக் கூடியவனுமான இந்தியனே தான் பிறந்த நாட்டுக்கு உற்ற துணையாக இருக்க முடியும் என்ற காந்தியத் தத்துவத்திற்கே உதாரணமாக இருந்தவர் காமராஜர்.

12. எளிய மனிதரின் இறுதி மரணம்

1975 ஆம் ஆண்டு அக்டோபர் மாதம் 2 ஆம் தேதி காலை 6.30 மணிக்கு காமராஜர் எழுந்தார். காலை தினசரிகள் அனைத்தும் அவரிடம் கொடுக்கப்பட்டன. எல்லாப் பத்திரிக்கைகளையும் படித்தார். பின்னர் குளித்து விட்டு வந்து சிற்றுண்டி சாப்பிட்டார்.

10 மணிக்கு காமராஜரை தினந்தோறும் கவனிக்கும் டாக்டர் வந்து உடல்நிலையைப் பார்த்து இன்சுலின் ஊசி போட்டு விட்டு சென்றார்.

11 மணியளவில் சட்டக் கல்லூரி மாணவர்கள் 50 பேர் காமராஜர் வீட்டிற்கு சென்று அவரைப் பார்க்க விரும்புவதாக உடல் நலமின்றி இருந்த காமராஜரின் அறைக்குள் அவர்கள் அனைவரும் நுழைந்த போது இந்த சிறிய அறைக்குள் இத்தனை பேருக்கு இடமில்லையே என்று காமராஜர் கூறியபடியே அறைக்குள் நுழைந்தார்.

அவரைக் கைத் தாங்கலாக வெங்கட்ராமன் அழைத்து வந்தார். அவரைப் பார்த்ததும் மாணவர்கள் காந்தி வாழ்க! காமராஜர் வாழ்க! என்று கோஷமிட்டனர்.

மூன்று நிமிடம் உரையாடிய காமராஜர் நிற்க முடியாமல் அவர் களிடம் விடைபெற்றார். நெடுமாறன், குமரி அனந்தன். திண்டிவனம் ராமமூர்த்தி என தமிழ்நாடு காங்கிரஸ் செயலாளர் களை 12 மணிக்கு வந்து சந்திக்கும்படி அழைத்தார்.

அப்போது பா.ராமசந்திரன் தலைவர் வழக்கமாக 1 மணிக்கு உணவருந்தும் காமராஜர் அன்று 1.30 மணிக்கு சாப்பிட்டார். பாவக்காய் கறி, முளைக்கீரை மசியல், பருப்புத் துவையல், மோர் சாதம் ஆகியவற்றை காமராஜரின் உதவியாளர் வைரவன் பரிமாறினார். உணவு அருந்தும்போது மின்விசிறி ஓடிய போதும் வியர்ப்பதாக கூறினார். வைரவன் அதெல்லாம் ஒன்றுமில்லை பிரமை என்று கூறி காமராஜருடைய உடம்பை துடைத்து விட்டார்.

சாப்பிட்ட பிறகு பாத்ரூம் சென்றுவிட்டு தன்னுடைய படுக்கை அறைக்கு சென்றார். அவர் மணியடித்தால் தான் உதவியாளர் உள்ளே நுழைவது வழக்கம். இரண்டு மணிக்கு காமராஜர் மணிடியத்தார். வைரவன் உள்ளே சென்று பார்த்தார். காமராஜர் உடம்பெல்லாம் வியர்வையாக இருந்தது. ஆனால் ரூம் AC செய்யப்பட்டிருந்த ரூம். பயந்து போன வைரவன் காமராஜரின் தலையைத் தொட்டுப் பார்த்தார். ஜில்லென்று இருந்தது.

உடனே அவர் டாக்டரைக் கூப்பிடட்டுமா என்று காமராஜரிடம் கேட்டார். டாக்டர் சௌரிராஜனுக்கு போன் செய்து தரும்படி காமராஜர் கேட்டார்.

உடனே பல இடங்களில் தேடிப் பார்த்து அவர் எங்கிருக்கிறார் என்று தெரியாததால் மற்றொரு டாக்டரான ஜெயராமனை போனில் பிடித்த வைரவன் காமராஜரை டாக்டரிடம் பேச வைத்தார்.

காமராஜர் டாக்டரிடம் AC ஓடிக் கொண்டிருக்கிறது. ஆனால் வேர்க்கிறதே என்று கேட்டார். டாக்டர் மூச்சு திணறுகிறதா, மார்பில் வலியிருக்கிறதா என்று காமராஜரிடம் கேட்டு விட்டு உடனே புறப்பட்டு வருவதாக கூறினார். டாக்டரிடம் பேசி முடித்த பிறகு வைரவனை அழைத்த காமராஜர் வரும் போது ரத்த அழுத்தம் பார்க்கிற கருவியை எடுத்துக் கொண்டு வரச் சொல்லு, டாக்டர் வந்தவுடன் எழுப்பு, விளக்கை அணைத்து விட்டுப் போ என்று கூறினார். உதவியாளரும் விளக்கை அணைத்துவிட்டு சென்றார்.

மூன்று மணியளவில் முதலில் காமராஜர் அவர்கள் தேடிய டாக்டர் சௌரிராஜன் விசயம் கேள்விப்பட்டு வீட்டுக்குள் ஓடி வந்து அறைக்கதவை திறந்து கொண்டு உள்ளே போனார்.

கட்டிலின் இடதுபுறம் திரும்பிக் கொண்டு இரண்டு கைகளையும் தலைக்கு முட்டுக் கொடுத்துக் கொண்டு கால்களை மடக்கியவாறு காமராஜர் அவர்கள் படுத்திருந்தார்.

ஆனால் காமராஜரிடம் இருந்து வழக்கமாக வரும் குறட்டை ஒலி வராததை கண்ட டாக்டர் பயந்து போய் காமராஜரை தோளைத் தொட்டு எழுப்பினார். பதில் எதுவும் இல்லை.

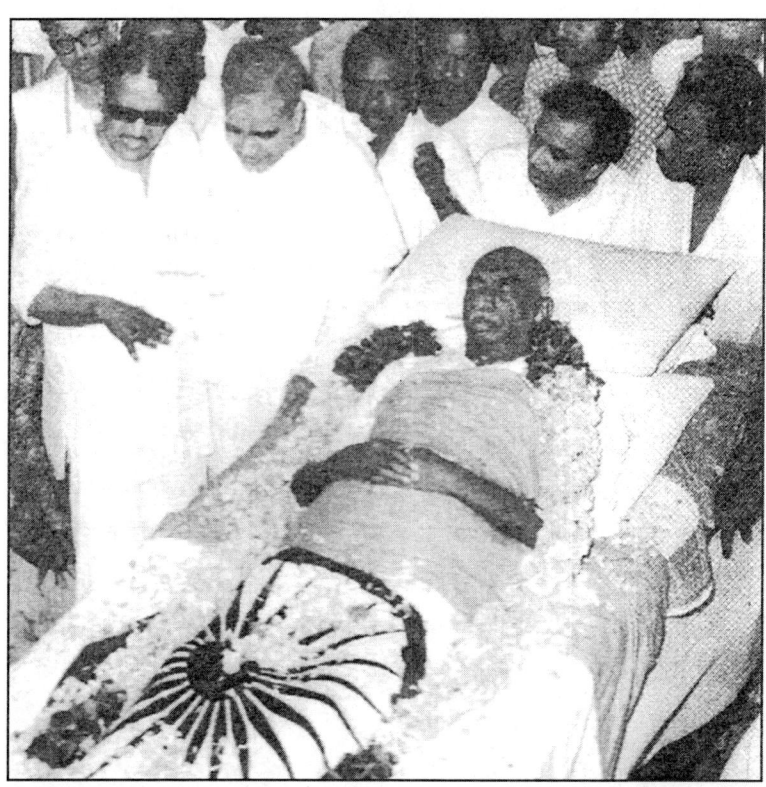

நாடித் துடிப்பை பார்க்கலாம் என்று கையைத் தொட்டார். ஜில்லென்று இருந்தது. கையில் இருந்த ரத்த அழுத்தக் கருவியையும், ஸ்டெதஸ்கோப்பையும் தரையில் அடித்து அழுது புரண்டார்.

அதற்குள் வந்த டாக்டர் ஜெயராமன் நிலைமையைப் பார்த்து நேரடியாக இதயத்திற்குள் ஊசி மருந்தை செலுத்த முயன்றார். பயனில்லை. அடுத்ததாக டாக்டர் அண்ணாமலையும் அங்கு வந்தார். அவரும் முயற்சித்துப் பார்த்துவிட்டு வெளியில் வந்து அதிகாரப்பூர்வமாக காமராஜர் இறந்து விட்டதை அறிவித்தார். அப்போது மணி 3.20.

காந்தியடிகள் பிறந்த நாள் அக்டோபர் 2. அதுவே காமராஜர் பிரிந்த நாளாகி விட்டது. அன்று விடாத மழையிலும் கூட காமராஜர் மறைவுச் செய்தி காட்டுத்தீயாக நாடு முழுக்க புயல் வேகத்தில் பரவியது. உதடுகளில் ஒரு மவுனப் புன்னகை. எளிய தோற்றத்தில் பெருந்தலைவன் புகழோடு ஐக்கியமாகி விட்டான்.

தமிழகம் எங்கு நோக்கிலும் கதறியழும் மனிதர்கள். ராஜாஜி மண்டபத்துக்கு அவர் உடலைக் கொண்டு செல்ல முடிவானது.

அன்று மாலை 5.30 மணிக்கு விசேஷ மோட்டார் வண்டியில் காமராஜர் உடல் ராஜாஜி மண்டபத்துக்கு மரியாதை செலுத்தும் வகையில் காந்தி ஜெயந்தி விழாக் கொண்டாட்டங்கள் அனைத்தும் ரத்து செய்யப்பட்டன.

மறுநாள் வெள்ளிக்கிழமை அரசு விடுமுறை என்றும் தமிழ்நாடு அரசு ஒரு வாரம் துக்கம் அனுஷ்டிக்கும் என்றும் அறிவிக்கப்பட்டது.